ಆನಂದಮಯ ಆರೋಗ್ಯಕರ ಜೀವನ

15 ಶಕ್ತಿಯುತ ದೈನಂದಿನ ಸೂತ್ರಗಳು ನಿಮ್ಮ ಜೀವನವನ್ನು ಆರೋಗ್ಯಕರ ಮತ್ತು ಆನಂದಮಯವಾಗಿ ಪರಿವರ್ತಿಸಲು!!

ಡಾ. ರಶ್ಮಿ ಎಚ್. ಆರ್.

ನನ್ನ ಜೀವನದ ಎಲ್ಲಾ ಶಿಕ್ಷಕರಿಗೆ ಸಮರ್ಪಿಸುತ್ತೇನೆ.

ಎಲ್ಲರೂ ನನ್ನ ಗುರುಗಳು.

ಕೆಲವು ನಾನು ಹುಡುಕುತ್ತೇನೆ.

ಕೆಲವನ್ನು ನಾನು ಉಪಪ್ರಜ್ಞೆಯಿಂದ ಆಕರ್ಷಿಸುತ್ತೇನೆ.

ಸಾಮಾನ್ಯವಾಗಿ ನಾನು ಇತರರನ್ನು ಗಮನಿಸುವುದರ ಮೂಲಕ ಸರಳವಾಗಿ ಕಲಿಯುತ್ತೇನೆ.

ನಾನು ಅವರಿಂದ ಕಲಿಯುತ್ತಿದ್ದೇನೆ ಎಂದು ಕೆಲವರಿಗೆ ಸಂಪೂರ್ಣವಾಗಿ ತಿಳಿದಿಲ್ಲದಿರಬಹುದು.

ಆದರೂ ನಾನು ಕೃತಜ್ಞತಾ ಭಾವದಿಂದ ನಮಸ್ಕರಿಸುತ್ತೇನೆ.

ಪರಿವಿಡಿಗಳು

ಪರಿವಿಡಿಗಳು

ಹಕ್ಕು ನಿರಾಕರಣೆ

ಈ ಪುಸ್ತಕವು ಆರೋಗ್ಯ ಮತ್ತು ಸಂಬಂಧಿತ ವಿಷಯಗಳ ಬಗ್ಗೆ ಸಾಮಾನ್ಯ ಮಾಹಿತಿ ಮತ್ತು ವ್ಯಾಪಕವಾದ ಸಂಶೋಧನೆಯನ್ನು ಒದಗಿಸುತ್ತದೆ. ಈ ಪುಸ್ತಕದಲ್ಲಿ ಮತ್ತು ಯಾವುದೇ ಲಿಂಕ್ ಮಾಡಲಾದ ವಸ್ತುಗಳಲ್ಲಿ ಒದಗಿಸಲಾದ ಮಾಹಿತಿಯು ತಿಳುವಳಿಕೆ ಉದ್ದೇಶಗಳಿಗಾಗಿ ಮಾತ್ರ ಮತ್ತು ವೈದ್ಯಕೀಯ ಸಲಹೆಯಾಗಿ ಅರ್ಥೈಸಲು ಉದ್ದೇಶಿಸಿಲ್ಲ. ಯಾವುದೇ ಪೌಷ್ಟಿಕಾಂಶ ಅಥವಾ ಗಿಡಮೂಲಿಕೆ ಪೂರಕಗಳನ್ನು ತೆಗೆದುಕೊಳ್ಳುವ ಮೊದಲು ನಿಮ್ಮ ವೈದ್ಯರು ಅಥವಾ ಇತರ ಆರೋಗ್ಯ ವೃತ್ತಿಪರರೊಂದಿಗೆ ಮಾತನಾಡಿ. ಒದಗಿಸಿದ ಮಾಹಿತಿಯಿಂದ ಯಾವುದೇ 'ವಿಶಿಷ್ಟ' ಫಲಿತಾಂಶಗಳಿಲ್ಲ - ವ್ಯಕ್ತಿಗಳು ಭಿನ್ನವಾಗಿರುವುದರಿಂದ, ಫಲಿತಾಂಶಗಳು ಭಿನ್ನವಾಗಿರುತ್ತವೆ. ಈ ಪುಸ್ತಕದಿಂದ ಯಾವುದೇ ಮಾರ್ಗದರ್ಶನವನ್ನು ಪರಿಗಣಿಸುವ ಮೊದಲು, ಸೂಚಿಸಿದ ಚಿಕಿತ್ಸೆ ವಿಧಾನಗಳೊಂದಿಗೆ ಮಧ್ಯಪ್ರವೇಶಿಸಬಹುದಾದ ಯಾವುದೇ ಆಧಾರವಾಗಿರುವ ಆರೋಗ್ಯ ಪರಿಸ್ಥಿತಿಗಳನ್ನು ನೀವು ಹೊಂದಿಲ್ಲ ಎಂಬುದನ್ನು ದಯವಿಟ್ಟು ಖಚಿತಪಡಿಸಿಕೊಳ್ಳಿ. ಓದುಗ ಅಥವಾ ಇತರ ಯಾವುದೇ ವ್ಯಕ್ತಿಗೆ ವೈದ್ಯಕೀಯ ಕಾಳಜಿ ಅಥವಾ ಮೊದಲೇ ಅಸ್ತಿತ್ವದಲ್ಲಿರುವ ಸ್ಥಿತಿಯನ್ನು ಹೊಂದಿದ್ದರೆ, ಅವನು ಅಥವಾ ಅವಳು ಸೂಕ್ತವಾದ ಪರವಾನಗಿ ಪಡೆದ ವೈದ್ಯರು ಅಥವಾ ಆರೋಗ್ಯ ವೃತ್ತಿಪರರೊಂದಿಗೆ ಸಮಾಲೋಚಿಸಬೇಕು. ವೃತ್ತಿಪರ ವೈದ್ಯಕೀಯ ಸಲಹೆಯನ್ನು ನಿರ್ಲಕ್ಷಿಸಬೇಡಿ ಅಥವಾ ನೀವು ಈ ಪುಸ್ತಕದಲ್ಲಿ ಅಥವಾ ಯಾವುದೇ ಲಿಂಕ್ ಮಾಡಲಾದ ವಸ್ತುಗಳಲ್ಲಿ ಓದಿದ ಕಾರಣದಿಂದ ಅದನ್ನು ಪಡೆಯಲು ವಿಳಂಬ ಮಾಡಬೇಡಿ.

ಸ್ವೀಕೃತಿಗಳು

ಇತರರನ್ನು ಅಭಿವೃದ್ಧಿಪಡಿಸಲು ಮತ್ತು ಮುನ್ನಡೆಸಲು ಬಯಸುವ ಜನರಿಗೆ ಧನ್ಯವಾದಗಳು ಅಂಥವರಿಂದ ಜಗತ್ತು ಉತ್ತಮ ಸ್ಥಳವಾಗಿದೆ. ಭವಿಷ್ಯದ ನಾಯಕರಿಗೆ ಮಾರ್ಗದರ್ಶನ ನೀಡಲು ತಮ್ಮ ಸಮಯದ ಉಡುಗೊರೆಯನ್ನು ಹಂಚಿಕೊಳ್ಳುವ ಜನರು ಅದನ್ನು ಇನ್ನಷ್ಟು ಉತ್ತಮಗೊಳಿಸುತ್ತಾರೆ. ಬೆಳೆಯಲು ಶ್ರಮಿಸುವ ಮತ್ತು ಇತರರಿಗೆ ಬೆಳೆಯಲು ಸಹಾಯ ಮಾಡುವ ಪ್ರತಿಯೊಬ್ಬರಿಗೂ ಧನ್ಯವಾದಗಳು. ಮಾರ್ಗದರ್ಶಕರ ಮಾರ್ಗದರ್ಶನ ಮತ್ತು ಪ್ರೀತಿಪಾತ್ರರ ಪ್ರೋತ್ಸಾಹವಿಲ್ಲದೆ, ನಾನು ಇಂದು "ನನ್ನ ಉತ್ತಮ ಆವೃತ್ತಿ" ಆಗುತ್ತಿರಲಿಲ್ಲ.

ಪುಸ್ತಕವನ್ನು ಬರೆಯುವುದು ನಾನು ಯೋಚಿಸಿದ್ದಕ್ಕಿಂತ ಕಷ್ಟ ಮತ್ತು ನಾನು ಊಹಿಸಿರುವುದಕ್ಕಿಂತ ಹೆಚ್ಚು ಪುರಸ್ಕಾರದಾಯಕವಾಗಿದೆ. ನನ್ನ ಆತ್ಮೀಯ ಗೆಳೆಯ ಮತ್ತು ಜೀವನ ಸಂಗಾತಿ ವಿನಯ್ ಇಲ್ಲದೆ ಇದ್ಯಾವುದೂ ಸಾಧ್ಯವಾಗುತ್ತಿರಲಿಲ್ಲ. ಪ್ರತಿ ಹೋರಾಟ ಮತ್ತು ನನ್ನ ಎಲ್ಲಾ ಯಶಸ್ಸಿನ ಸಮಯದಲ್ಲಿ ಅವರು ನನ್ನೊಂದಿಗೆ ತುಂಬು ಹೃದಯದಿಂದ ನಿಂತರು. ಅದು ನಿಜವಾದ ಪಾಲುದಾರಿಕೆ. ಈ ಪುಸ್ತಕದ ಬಗ್ಗೆ ಅವರ ಎಲ್ಲಾ ಅನಿಸಿಕೆ ಮತ್ತು ಅಭಿಪ್ರಾಯಕ್ಕೆ ಧನ್ಯವಾದಗಳು. ನನ್ನನ್ನು ಅಚ್ಚರಿಗೊಳಿಸುವುದನ್ನು ನಿಲ್ಲಿಸದ ನಮ್ಮ ರಾಕ್ ಸ್ಟಾರ್ಗಳಾದ ಮಾನಸ್ ಮತ್ತು ಚಿನ್ಮಯ್ ಅವರಿಗೆ ನನ್ನ ವಿಶೇಷ ಅಪ್ಪುಗೆಗಳು ಮತ್ತು ಚುಂಬನಗಳು.

ಯೂನಿವರ್ಸ್, ನನ್ನ ಉತ್ಸಾಹಭರಿತ ಮಾರ್ಗದರ್ಶಿಗಳು, ಮಾರ್ಗದರ್ಶಕರು, ನನ್ನ ಕುಟುಂಬ, ಮತ್ತು ಸ್ನೇಹಿತರಿಗೆ ಧನ್ಯವಾದಗಳು.

ನನ್ನ ಜೀವನವನ್ನು ನಾನು ಬಯಸಿದ ರೀತಿಯಲ್ಲಿ ಬೆಳೆಯಲು ಮತ್ತು ಬದುಕಲು ನನಗೆ ಸಮಯ, ಸ್ಥಳ ಮತ್ತು ಸಂಪನ್ಮೂಲಗಳನ್ನು ನೀಡಿದ ನನ್ನ ಪೋಷಕರು ಮತ್ತು ನನ್ನ ಒಡಹುಟ್ಟಿದವರಿಗೆ ನನ್ನ ಕೃತಜ್ಞತೆಗಳು. ತಮ್ಮ ಮಗಳು ಯಾವುದೇ ಸಾಮಾಜಿಕ ನಿಯಮಗಳನ್ನು ಅನುಸರಿಸದಿರುವುದನ್ನು ನೋಡಲು ಅವರಿಗೆ ಕಠಿಣವಾಗಿದೆ ಎಂದು ನನಗೆ ತಿಳಿದಿದೆ ಆದರೆ ಅವರು ನನ್ನನು ಪ್ರೋತ್ಸಾಹಿಸುವುದು ಮುಂದುವರಿಸಿದರು. ಈ ಕೊಡುಗೆ ನಿಮಗಾಗಿ ತಾಯಿ, ತಂದೆ, ಸಹೋದರ ಮತ್ತು ಸಹೋದರಿ.

ನಾನು ಮಾಡುವ ಪ್ರತಿಯೊಂದರಲ್ಲೂ ನನ್ನ ಬೆಂಬಲಕ್ಕೆ ನಿಂತು ನನ್ನನ್ನು ಪ್ರೋತ್ಸಾಹಿಸಿದ ನನ್ನ ಅತ್ತೆಯಂದಿರು, ಮಾವಂದಿರು, ಅತ್ತಿಗೆ, ನಾದಿನಿ ಮತ್ತು ಕುಟುಂಬ ಸದಸ್ಯರಿಗೆ ನನ್ನ ಕೃತಜ್ಞತೆಗಳು.

ನಾವು ಮಾಡುವ ಎಲ್ಲರಲ್ಲೂ ನಮಗೆ ಸಹಾಯ ಮಾಡಲು ಮತ್ತು ಬೆಂಬಲಿಸಲು ಯಾವಾಗಲೂ ಇರುವ ಅಭಿಷೇಕ್ ಮತ್ತು ಅವರ ಕುಟುಂಬಕ್ಕೆ ನನ್ನ ಅಪಾರ ಕೃತಜ್ಞತೆಗಳು.

ನನ್ನ ಸ್ಫೂರ್ತಿ ಮತ್ತು ನನಗೆ ಕಲಿಸಿದವರಿಗೆ ನನ್ನ ಅಪಾರ ಕೃತಜ್ಞತೆಗಳು - ಬ್ಲೇರ್ ಸಿಂಗರ್, ಜಿತೇಂದ್ರ ಬಿ ಗೋಪಾಲಕೃಷ್ಣ, ದೀಪಾ ಶೇಷಾದ್ರಿ, ಮ್ಯಾಕ್ ಅಟ್ರಂ, ಸುರೇಂದ್ರನ್ ಜಯಶೇಖರ್ ಮತ್ತು ಇನ್ನೂ ಅನೇಕರು.

ಪುಸ್ತಕ ಬರೆಯಲು ನನ್ನನ್ನು ನಿರಂತರವಾಗಿ ಪ್ರೇರೇಪಿಸುತ್ತಿರುವುದಕ್ಕೆ ಧನ್ಯವಾದಗಳು ಹಲ್ಲೇಶ್. ಈ ಪುಸ್ತಕವನ್ನು 8 ದಿನಗಳಲ್ಲಿ ಪೂರ್ಣಗೊಳಿಸಲು ನನಗೆ ಮಾರ್ಗದರ್ಶನ ನೀಡಿದ ಶ್ರೀ ಜುಬಿನ್ ಅವರಿಗೆ ನನ್ನ ಕೃತಜ್ಞತೆಗಳು. ಇದರಲ್ಲಿ ಪಾತ್ರವಹಿಸಿದ್ದಕ್ಕಾಗಿ ಭ್ರಮರವರಿಗೆ ಧನ್ಯವಾದಗಳು.

ನಾನು ಮುನ್ನಡೆಸಲು ಮತ್ತು ಮಾರ್ಗದರ್ಶನ ನೀಡುವ ಅವಕಾಶವನ್ನು ಕೊಟ್ಟಿರುವ ಎಲ್ಲಾ 1000+ ಜನರಿಗೆ ನನ್ನ ಅಪಾರ ಕೃತಜ್ಞತೆಯನ್ನು ವ್ಯಕ್ತಪಡಿಸಲು ಬಯಸುತ್ತೇನೆ. ಅನಿತಾ ನಂದಕುಮಾರ್, ಬಿಂದು ಬಿ ಕೆ, ಮಾಲಿನಿ, ಯಶಸ್ವಿನಿ, ರಾಜರಾಜೇಶ್ವರಿ, ಭಾರ್ಗವಿ, ಲಲಿತಾ ಅನಿಲ್, ಸ್ಮಿತಾ ಮೆನನ್, ಡಾ. ವಾಣಿಶ್ರೀ, ಡಾ. ಶ್ರೀವಿದ್ಯಾ, ಮತ್ತು ಸುಮಾ ಅವರು ಹೋಲಿಸ್ಟಿಕ್ ಹ್ಯಾಪಿ ಯು ಟ್ರೈಬ್‌ಗ ಸ್ಫೂರ್ತಿ ಮತ್ತು ಅಡಿಪಾಯವಾಗಿದ್ದಕ್ಕಾಗಿ ನಾನು ಧನ್ಯವಾದಗಳನ್ನು ಹೇಳಲು ಬಯಸುತ್ತೇನೆ.

ನನ್ನ ಕೆಲಸವನ್ನು ನಿರಂತರವಾಗಿ ಬೆಂಬಲಿಸುತ್ತಿರುವ ಮತ್ತು ಪ್ರೋತ್ಸಾಹಿಸುತ್ತಿರುವ ಸೃಷ್ಟಿ ವಿಶೇಷ ಅಕಾಡೆಮಿಗೆ ನನ್ನ ಕೃತಜ್ಞತೆಗಳು. ಸುಚಿತಾ ಸೋಮಶೇಖರಯ್ಯ, ಗಾಯತ್ರಿ ಸುಭಾಷ್, ಶ್ರೀನಿವಾಸ್ ಕುಂಬಳೆ, ಮತ್ತು ಎಲ್ಲಾ ಬೋಧಕ ಮತ್ತು ಬೋಧಕೇತರ ಸಿಬ್ಬಂದಿಗಳು ತಮ್ಮ ಕಲಿಕೆ ಮತ್ತು ವಿನಮ್ರತೆಯ ನಿರಂತರ ಅಭಿವೃದ್ಧಿಗಾಗಿ ನಾನು ನಮಸ್ಕರಿಸುತ್ತೇನೆ. "ಸ್ಟೂಡೆಂಟ್ ಫಾರ್ ಲೈಫ್" ಎಂಬ ನನ್ನ ಧ್ಯೇಯವಾಕ್ಯವನ್ನು ಹಿಡಿದಿಟ್ಟುಕೊಳ್ಳಲು ಅವರು ನನಗೆ ಸಹಾಯ ಮಾಡುತ್ತಾರೆ. ಹೊಸ ನಡವಳಿಕೆಗಳು ಮತ್ತು ಮೂಡ್ ಸ್ವಿಂಗ್‌ಗಳೊಂದಿಗೆ ನಿರಂತರವಾಗಿ ನನಗೆ ಸವಾಲು ಹಾಕುವ ವಿಶೇಷ ಅಗತ್ಯವಿರುವ ಮಕ್ಕಳು ಮತ್ತು ಪೋಷಕರಿಗೆ ನಾನು ಧನ್ಯವಾದ ಹೇಳಬೇಕು.

ನನ್ನ ಕೃತಜ್ಞತೆಗಳು ಡಾ. ಜಯಪ್ರಸಾದ್ ಎಂ, ಡಾ. ರಾಜೇಂದ್ರ ಪ್ರಸಾದ್, ಮತ್ತು ಎಲ್ಲಾ IMA ನೆಲಮಂಗಲ ವೈದ್ಯರು ಮತ್ತು ಅವರ ಕುಟುಂಬ ಸದಸ್ಯರಿಗೆ. ಇವರು ಹೊಸ ವಾತಾವರಣದಲ್ಲಿ ಅಭಿವೃದ್ಧಿ ಹೊಂದಲು ಮತ್ತು ಯಶಸ್ವಿಯಾಗಲು ಅವಕಾಶ ನೀಡಿ ಸಹಕಾರ ಮಾಡಿದ್ದಾರೆ.

ನನ್ನ ಕೆಲಸವನ್ನು ನಿರಂತರವಾಗಿ ನಂಬಿದ ಮತ್ತು ನನ್ನ ಪರವಾಗಿ ಸದಾ ನಿಂತ ನನ್ನ ಸ್ನೇಹಿತರಿಗೆ ನಮನಗಳು. ಆಶಾ ವಿ ಮೂರ್ತಿ, ಉಷಾ ಜಾಧವ್, ಗೀತಾ ಪಾಟೀಲ್, ವಾಣಿ ಡಿ ಟಿ, ಮತ್ತು ಅಂಬಿಲಿ ಕೃಷ್ಣನ್.

ಪ್ರತ್ಯಕ್ಷವಾಗಿ ಅಥವಾ ಪರೋಕ್ಷವಾಗಿ ನನ್ನ ಜೀವನದ ಮೇಲೆ ಪ್ರಭಾವ ಬೀರಿದ ಮತ್ತು ನನ್ನ ಸ್ಫೂರ್ತಿ ಮತ್ತು ಪ್ರೇರಣೆಯಾಗಿರುವ ಪ್ರತಿಯೊಬ್ಬರಿಗೂ ಧನ್ಯವಾದಗಳು.

ಪೀಠಿಕೆ

ನಿಮ್ಮ ಆರೋಗ್ಯ ನಿಮಗೆ ಮುಖ್ಯವೇ?

ನಿಮ್ಮ ಉತ್ತರ ಹೌದು ಎಂದು ನನಗೆ ಖಾತ್ರಿಯಿದೆ!

ನಿಮ್ಮ ಆರೋಗ್ಯ ಮತ್ತು ಸಂತೋಷವನ್ನು ಕಾಪಾಡಿಕೊಳ್ಳಲು ನೀವು ಪ್ರತಿದಿನ ಏನು ಮಾಡುತ್ತಿದ್ದೀರಿ?

ಈ ಪ್ರಶ್ನೆಗೆ ನನ್ನ ಉತ್ತರ ಏನೂ ಅಲ್ಲ!!

ವೈದ್ಯಳಾಗಿರುವ ಮತ್ತು ಆರೋಗ್ಯವಾಗಿರಲು ನಾನು ಏನು ಮಾಡಬೇಕೆಂದು ತಿಳಿದಿರುವುದು ನನ್ನನ್ನು ಉಳಿದವರಿಗಿಂತ ಉತ್ತಮ ಸ್ಥಾನದಲ್ಲಿರಿಸಲಿಲ್ಲ. 39ರ ಹರೆಯದಲ್ಲಿ ಆರೋಗ್ಯ ಸರಿಯಿಲ್ಲದ ಕಾರಣ ನಾನು 3 ದಿನಗಳ ಕಾಲ ಆಸ್ಪತ್ರೆಯನ್ನು ಸೇರಿದಾಗ ಇದು ನನಗೆ ಆಘಾತಕಾರಿ ಅನುಭವ ನೀಡಿತು.

ಆ ದಿನ ನಾನು ಮತ್ತೆ ನನಗೆ ಈ ರೀತಿ ಆಗಲು ಬಿಡುವುದಿಲ್ಲ ಎಂದು ಭರವಸೆ ನೀಡಿದೆ.

ಒಮ್ಮೆ ನಾನು ನನ್ನ ಆರೋಗ್ಯವನ್ನು ಸಮಗ್ರವಾಗಿ (ದೈಹಿಕವಾಗಿ, ಮಾನಸಿಕವಾಗಿ, ಆಧ್ಯಾತ್ಮಿಕವಾಗಿ, ಭಾವನಾತ್ಮಕವಾಗಿ, ಸಾಮಾಜಿಕವಾಗಿ) ಕಾಳಜಿವಹಿಸಲು ಪ್ರಾರಂಭಿಸಿದೆ. ಕ್ರಮೇಣ ನಾನು ಸಂತೋಷ ಮತ್ತು ಶಕ್ತಿಯುತಳಾದೆ. ನನ್ನ 40 ವರ್ಷ ವಯಸ್ಸಿನಲ್ಲಿ 21.1 ಕಿಮೀ ನಡಿಗೆಯ ಮೊದಲ ಅರ್ಧ ಮ್ಯಾರಥಾನ್ ಅನ್ನು ಪೂರ್ಣಗೊಳಿಸಿದೆ.

ನಾನು 41 ವರ್ಷ ವಯಸ್ಸಿನಲ್ಲಿ ನನ್ನ ಜೀವನದ ಉದ್ದೇಶವನ್ನು ಕಂಡುಕೊಂಡಿದ್ದೇನೆ.

ಅದೇನೆಂದರೆ, ನಾನು 1,00,000 ಜನರು ಉತ್ತಮ ದೈಹಿಕ ಆರೋಗ್ಯಸಾಧಿಸಲು ಮತ್ತು ಆರೋಗ್ಯಕರ ಮನಸ್ಸನ್ನು ಹೊಂದಿ ಸಮಗ್ರ ಸಂತೋಷದ ಜೀವನವನ್ನು ನಡೆಸಲು ಅನುವು ಮಾಡಿ ಕೊಡುವುದು.

ನಾನು ನನ್ನ ಕನಸುಗಳ ಜೀವನವನ್ನು ಪ್ರಾರಂಭಿಸಿದ್ದೇನೆ ಮತ್ತು ನನ್ನ ಜೀವನದ ಪ್ರತಿ ಕ್ಷಣದಲ್ಲಿ ನನ್ನ ಉತ್ತಮ ಆವೃತ್ತಿಯನ್ನು ರಚಿಸಿದ್ದೇನೆ.

ನಾನು ಕಳೆದ ಎರಡು ವರ್ಷಗಳಲ್ಲಿ 1000 ಕ್ಕೂ ಹೆಚ್ಚು ಜನರಿಗೆ ತರಬೇತಿ ಮತ್ತು ಮಾರ್ಗದರ್ಶನ ನೀಡಿದ್ದೇನೆ ಮತ್ತು ಅವರ ಉತ್ತಮ ಆವೃತ್ತಿಯನ್ನು ರಚಿಸಲು ಮತ್ತು ಸಮಗ್ರ ಸಂತೋಷದ ಜೀವನವನ್ನು ನಡೆಸುವ ಧೈರ್ಯ ತುಂಬಿದ್ದೇನೆ. ಈ ಜನರು ತಮ್ಮ ಆತ್ಮೀಯ ಮತ್ತು ಹತ್ತಿರದವರ ಮೇಲೆ ಸೃಷ್ಟಿಸಿದ

ಬದಲಾವಣೆಯ ಪರಿಣಾಮವನ್ನು ನೋಡಿ ನನ್ನ ಜೀವನದಲ್ಲಿ ಸಾರ್ಥಕ ಭಾವ ಮೂಡಿದೆ. ನನ್ನ 42 ವಯಸ್ಸಿನಲ್ಲಿ ಕ್ವಾರಿ ಪಾಸ್ ಹಿಮಾಲಯ ಟ್ರೆಕ್‌ನ 12,521 ಅಡಿ ಶಿಖರವನ್ನು ಏರಿದ್ದೇವೆ.

ಸಮಗ್ರ ಸಂತೋಷದ ಜೀವನಕ್ಕೆ 15 ರಹಸ್ಯಗಳನ್ನು ಆನಂದಿಸಿ!!

ನನಗೆ ಸಾಧ್ಯವಾದರೆ, ನೀವು ಮಾಡಬಹುದು!

ಹೋಲಿಸ್ಟಿಕ್ ಹ್ಯಾಪಿ ಯ ಜರ್ನಿಗೆ ಆಲ್ ದಿ ಬೆಸ್ಟ್!!

1

ಆಗತ್ಯವಿರುವಷ್ಟು ನೀರು ಕುಡಿಯಿರಿ

ನೀವು ದಿನಕ್ಕೆ ಎಷ್ಟು ಲೀಟರ್ ನೀರನ್ನು ಕುಡಿಯುತಿದ್ದೀರಾ?

ಒಂದು ಕ್ಷಣ ಆಲೋಚಿಸಿ ಮತ್ತು ಇದಕ್ಕೆ ಉತ್ತರಿಸಿ! (ನಾವು ಊಹಿಸುವುದಕ್ಕಿಂತ ಕಡಿಮೆ ನೀರನ್ನು ಕುಡಿಯುತ್ತಿದ್ದೇವೆ)

ನೀರನ್ನು ಏಕೆ ಕುಡಿಯಬೇಕು ಮತ್ತು ಅದರ ಪ್ರಯೋಜನಗಳೇನು ಎಂದು ಕಂಡುಕೊಳ್ಳೋಣ?

ನಮ್ಮ ದೇಹವು 60% ರಿಂದ 70% ರಷ್ಟು ನೀರಿನಿಂದ ರೂಪಿಸಲಾಗಿದೆ.

ನಮ್ಮ ಮೆದುಳು 70% ಕ್ಕಿಂತ ಹೆಚ್ಚು ನೀರನ್ನು ಹೊಂದಿದೆ. ನಾವು ಸಾಕಷ್ಟು ಜಲಸಂಚಯನ ಮಾಡದಿದ್ದರೆ ಮೆದುಳು ಮತ್ತು ದೇಹದ ಇತರ ಅಂಗಗಳು ನಿರ್ವಹಿಸುವ ಎಲ್ಲಾ ಕಾರ್ಯಗಳ ಮೇಲೆ ಪರಿಣಾಮ ಬೀರುತ್ತದೆ.

ಹೈಡ್ರೇಟೆಡ್ ಆಗಿರುವುದು ಎಂದರೆ ನಿಮ್ಮ ದೇಹವು ಅದರ ಅತ್ಯುತ್ತಮ ಕಾರ್ಯಕ್ಷಮತೆಯ ಮಟ್ಟದಲ್ಲಿ ಕಾರ್ಯನಿರ್ವಹಿಸಲು ಸಾಕಷ್ಟು ದ್ರವವನ್ನು ಒದಗಿಸುವುದು.

ಪುರುಷರಿಗೆ ದಿನಕ್ಕೆ ಸರಿಸುಮಾರು 15.5 ಕಪ್ (3- 4 ಲೀಟರ್) ದ್ರವ ಮತ್ತು ಮಹಿಳೆಯರಿಗೆ ದಿನಕ್ಕೆ ಸುಮಾರು 11.5 ಕಪ್ (2-3 ಲೀಟರ್) ದ್ರವ ಅತ್ಯವಶ್ಯಕ. ನೀರಿನ ಸೇವನೆಯು ಋತು, ವಯಸ್ಸು ಮತ್ತು ಚಟುವಟಿಕೆಯ ಮಟ್ಟದೊಂದಿಗೆ ಬದಲಾಗುತ್ತದೆ.

ನಿಯಮಿತ ಜಲಸಂಚಯನದ ಪ್ರಯೋಜನಗಳು.

ನೀರನ್ನು ಹೊರತುಪಡಿಸಿ ಪ್ರಾಯೋಗಿಕವಾಗಿ ಶೂನ್ಯ ಕ್ಯಾಲೊರಿ ಆಹಾರವಿಲ್ಲ.

ತೂಕ ನಿರ್ವಹಣೆಯಲ್ಲಿ ಸಹಾಯ ಮಾಡುತ್ತದೆ ಮತ್ತು ಹಸಿವಿನ ಅನುಪಸ್ಥಿತಿಯ ಭಾವನೆ ಹೊಂದಿರುತ್ತೀರಿ.

ನಿಯಮಿತ ಜಲಸಂಚಯನ ದಿಂದ ದೇಹದ ಉಷ್ಣತೆಯನ್ನು ನಿಯಂತ್ರಿಸಲು ಸಹಾಯ ಮಾಡುತ್ತದೆ, ಕೀಲುಗಳನ್ನು ನಯಗೊಳಿಸಿ, ಮತ್ತು ಆಗಾಗ್ಗೆ ಸೋಂಕನ್ನು ತಡೆಗಟ್ಟಬಹುದು.

ಇದು ನಮ್ಮ ಅಂಗಗಳು ಅತ್ಯುತ್ತಮವಾಗಿ ಕಾರ್ಯನಿರ್ವಹಿಸಲು ಸಹಾಯ ಮಾಡುತ್ತದೆ.

ಇದು ನಿದ್ರೆಯ ಗುಣಮಟ್ಟವನ್ನು ಹೆಚ್ಚಿಸುತ್ತದೆ.

ಇದು ನಮ್ಮ ಮೆಮೊರಿ, ಚಿತ್ತ, ಏಕಾಗ್ರತೆ, ಮತ್ತು ಅರಿವನ್ನು ಸುಧಾರಿಸುವ ಮೂಲಕ ನಮ್ಮ ಮೆದುಳಿನ ಕಾರ್ಯಕ್ಷಮತೆಯನ್ನು ಸುಧಾರಿಸುತ್ತದೆ.

ಪ್ರತಿ ದಿನ ಹೀಗೆ ನಾನು ನೀರು ಕುಡಿಯುತ್ತೇನೆ.

ನಾನು ಎದ್ದ ತಕ್ಷಣ 500 ML (ನನ್ನ ಹಲ್ಲುಜ್ಜುವ ಮೊದಲು), ವ್ಯಾಯಾಮದ, ನಂತರ 500 ML, 500 ML ನೀರು ಬೆಳಗಿನ ಉಪಾಹಾರಕ್ಕೆ 30 ನಿಮಿಷಗಳ ಮೊದಲು, 500 ML 30 ನಿಮಿಷಗಳ ಊಟದ ಮೊದಲು, 5:00 ಗಂಟೆಗೆ 500 ML ಮತ್ತು 7:00 ಗಂಟೆಗೆ 500 ML.

ನಾನು ಈ ಅಭ್ಯಾಸಕ್ಕೆ ಹೊಸಬನಾಗಿದ್ದಾಗ ನೀರಿನ ಸೇವನೆಯನ್ನು ಹೆಚ್ಚಿಸುವುದು ಹೇಗೆ?

ಒಂದು ದಿನದಲ್ಲಿ ನೀವು ಎಷ್ಟು ನೀರು ಕುಡಿಯಲು ಯೋಜಿಸುತ್ತೀರಿ ಎಂಬುದನ್ನು ನಿರ್ಧರಿಸಿ.

ಉದಾಹರಣೆ: ಒಂದು ದಿನದಲ್ಲಿ 2 ಲೀಟರ್. 2 ಬಾಟಲಿಗಳನ್ನು ನೀರಿನಿಂದ ತುಂಬಿಸಿ ಮತ್ತು ನಿಮ್ಮ ಕಣ್ಣುಗಳು ಆಗಾಗ್ಗೆ ಬೀಳುವ ಸ್ಥಳದಲ್ಲಿ ಇರಿಸಿ. ಆದ್ದರಿಂದ ನೀವು ಪೂರ್ಣಗೊಳಿಸಲು ನಿರಂತರ ಜ್ಞಾಪಕ ಇರುತ್ತದೆ.

ನೀವು ನಿಂಬೆ ಹೋಳುಗಳು, ಜೀರಿಗೆ, ಶುಂಟಿ, ಮತ್ತು ಪುದೀನಾದೊಂದಿಗೆ ನೀರಿಗೆ ಪರಿಮಳವನ್ನು ಸೇರಿಸಬಹುದು. ಇದು ಪರಿಮಳವನ್ನು ಹೆಚ್ಚಿಸುತ್ತದೆ ಮತ್ತು ಹೆಚ್ಚು ಪೌಷ್ಟಿಕಾಂಶದ ಮೌಲ್ಯವನ್ನು ಸೇರಿಸುತ್ತದೆ. ನೀವು ಮಜ್ಜಿಗೆ, ಏಳನೀರು, ಮತ್ತು ತಾಜಾ ರಸವನ್ನುಸಹ ಸೇವಿಸಬಹುದು.

2

ಆರೋಗ್ಯಕರ ಮತ್ತು ಜೀವಂತ ಶಕ್ತಿಯುಳ್ಳ ಆಹಾರಗಳನ್ನು ಸೇವಿಸಿ

ನೀವು ಇದನ್ನು ಹಲವು ಬಾರಿ ಕೇಳಿರುತ್ತೀರಾ "WE ARE WHAT WE EAT"

ಒಂದು ಕ್ಷಣ ಆಲೋಚಿಸಿ ಮತ್ತು ದಿನವಿಡೀ ನೀವು ಏನು ತಿನ್ನುತ್ತೀರಿ ಎಂದು ನಿಮ್ಮನ್ನು ಕೇಳಿಕೊಳ್ಳಿ?

ನೀವು ಜೀವಂತ ಶಕ್ತಿಯುಳ್ಳ ಆಹಾರವನ್ನು ಸೇವಿಸುತ್ತಿದ್ದೀರಾ?

ಉದಾಹರಣೆ: ಮೊಳಕೆ ಕಾಳುಗಳು, ಹಸಿ ತರಕಾರಿಗಳು, ಹಣ್ಣುಗಳು, ಧಾನ್ಯಗಳು, ದ್ವಿದಳ ಧಾನ್ಯಗಳು, ಹಸಿರು ಎಲೆಗಳ ತರಕಾರಿಗಳು, ಒಣ ಹಣ್ಣುಗಳು ಮತ್ತು ಬೀಜಗಳು.

ನೀವು ಪೋಷಕಾಂಶ ರಹಿತ ಆಹಾರವನ್ನು ಸೇವಿಸುತ್ತಿದ್ದೀರಾ?

ದೈನಂದಿನ ಚಟುವಟಿಕೆಗಳಿಗೆ ನೀವು ಹೇಗೆ ಪೋಷಣೆ ಪಡೆಯುತ್ತಿರುವಿರಿ?

ನಾನು ಸಸ್ಯ-ಆಧಾರಿತ ಜೀವಂತ ಶಕ್ತಿಯುಳ್ಳ ಆಹಾರಗಳನ್ನು ಆನಂದಿಸುತ್ತೇನೆ ಏಕೆಂದರೆ ಜೀವಂತ ಶಕ್ತಿಯುಳ್ಳ ಆಹಾರಗಳು ಕಿಣ್ವಗಳು, ವಿಟಮಿನ್‌ಗಳು ಮತ್ತು ಜೀವ ಶಕ್ತಿಯಿಂದ ತುಂಬಿರುತ್ತವೆ ಮತ್ತು ದಿನಪೂರ್ತಿ ನನ್ನನ್ನು ಶಕ್ತಿಯುತವಾಗಿಡಲು ಮತ್ತು ಹೆಚ್ಚು ಸಕ್ರಿಯವಾಗಿರಲು ಸಹಾಯ ಮಾಡುತ್ತದೆ. ನೀವು ಈ ಜೀವಂತ ಶಕ್ತಿಯುಳ್ಳ ಆಹಾರಗಳನ್ನು ಬೇಯಿಸಿದಾಗ ಅನೇಕ ಕಿಣ್ವಗಳು ಮತ್ತು ಪೋಷಕಾಂಶಗಳು ಈ ಪ್ರಕ್ರಿಯೆಯಲ್ಲಿ

ಕಳೆದುಹೋಗುತ್ತವೆ. ನಮಗೆಲ್ಲರಿಗೂ ಇದು ಬಹಳ ವರ್ಷಗಳಿಂದ ತಿಳಿದಿದೆ ಎಂದು ನನಗೆ ಖಾತ್ರಿಯಿದೆ ಮತ್ತು ನಮ್ಮ ದೇಹಕ್ಕೆ ಶೂನ್ಯ ಪೋಷಣೆಯೊಂದಿಗೆ ಕೊಬ್ಬಿನ ಹೆಚ್ಚಿನ ಪದರಗಳನ್ನು ಸಂಗ್ರಹಿಸುವ ಸಕ್ಕರೆ ಮತ್ತು ಕರಿದ ಆಹಾರಗಳ ಪ್ರಲೋಭನೆಯನ್ನು (Temptations) ವಿರೋಧಿಸುವುದು ತುಂಬಾ ಕಷ್ಟ. ಪ್ರಲೋಭನೆಗಳಿಗೆ ಅತಿಯಾಗಿ ಒಡ್ಡಿಕೊಳ್ಳುವುದರಿಂದ ಅನಾರೋಗ್ಯಕರ ಆಹಾರ ಪದ್ಧತಿಗೆ ಜಾರಿಕೊಳ್ಳುವುದು ಯಾವಾಗಲೂ ಸುಲಭ. ನಮ್ಮ ದೈನಂದಿನ ಕೆಲಸಗಳೊಂದಿಗೆ ನಾವು ನಿರಂತರವಾಗಿ ಆಯಾಸ ಮತ್ತು ದಣಿದ ಭಾವನೆಯನ್ನು ಅನುಭವಿಸುತ್ತೇವೆ. ನೀವು ಆಹಾರವನ್ನು ಸೇವಿಸುವುದರ ಮೇಲೆ ಕೇಂದ್ರೀಕರಿಸಿ ಮತ್ತು ಅದು ಸೇವಿಸಿದ ನಂತರ ನಿಮಗೆ ಒಳ್ಳೆಯ ಪೋಷಣೆಯನ್ನು ನೀಡಬೇಕು ಮತ್ತು ಅದನ್ನು ಸೇವಿಸಿದ ನಂತರ ನಿಮ್ಮನ್ನು ತಪ್ಪಿತಸ್ಥರೆಂದು ಭಾವಿಸುವ ಹಾಗೆ ಇರಬಾರದು. ಶಕ್ತಿಯುತ ಆಹಾರವನ್ನು ತಿನ್ನಲು ನೀವು ದುಬಾರಿ ಅಥವಾ ವಿಲಕ್ಷಣವಾದ (Exotic) ಯಾವುದನ್ನೂ ತಿನ್ನಬೇಕಾಗಿಲ್ಲ. ಕಡಿಮೆ ವೆಚ್ಚದ ಮತ್ತು ಕಡಿಮೆ ಸಂಸ್ಕರಿಸಿದ ಸ್ಥಳೀಯ (Local) ಮತ್ತು ಕಾಲೋಚಿತ (Seasonal) ಹಣ್ಣುಗಳು ಮತ್ತು ತರಕಾರಿಗಳನ್ನು ಸೇವಿಸಿ. ತಾಜಾ ಆಗಿರುವುದರಿಂದ, ಅವು ನಿಮಗೆ ಅತ್ಯುತ್ತಮವಾದ ಪೋಷಣೆ ಮತ್ತು ಶಕ್ತಿಯನ್ನು ಒದಗಿಸುತ್ತವೆ.

ನಿಮ್ಮ ಪೂರ್ವಜರ ಆಹಾರ ಆಯ್ಕೆಮಾಡಿ. ಪಿಜ್ಜಾ, ಬರ್ಗರ್, ಚಿಪ್ಸ್, ಕೋಕ್, ಅಥವಾ ಸಂಸ್ಕರಿಸಿದ ಆಹಾರವಿಲ್ಲದಿದ್ದಾಗ, ಅವರು ಏನು ಆಹಾರ ಸೇವಿಸುತ್ತಿದ್ದರು?

ನಾನು ಹೇಗೆ ಮತ್ತು ಎಲ್ಲಿ ಪ್ರಾರಂಭಿಸಬೇಕು?

ನಿಮಗೆ ಮತ್ತು ನಿಮ್ಮ ಕುಟುಂಬಕ್ಕೆ ಪ್ರೀತಿಯಿಂದ ಏನು ಉಣಬಡಿಸುತ್ತೀರಿ ಎಂಬುದರ ಬಗ್ಗೆ ಜಾಗೃತರಾಗಿರಿ. ನೀವು ಪ್ರತಿದಿನ ಉಪವಾಸವನ್ನು ಮುರಿಯಲು ಒಂದು ಕಾಲೋಚಿತ ಹಣ್ಣನ್ನು ಸೇರಿಸುವ ಮೂಲಕ ಪ್ರಾರಂಭಿಸಬಹುದು. ಆಹಾರ ಅತ್ಯಾಕರ್ಷಕವಾಗಿಸಲು ಪ್ರತಿದಿನ ವಿವಿಧ ಬಣ್ಣಗಳನ್ನು ಆರಿಸಿ. ಸೌತೆಕಾಯಿ, ಮೊಳಕೆ ಕಾಳುಗಳು, ಕ್ಯಾರೆಟ್, ಬೀಟ್ರೂಟ್, ಕ್ಯಾಪ್ಸಿಕಂ, ಎಲೆಕೋಸು, ಪುದೀನ, ಮೂಲಂಗಿ ಮತ್ತು ದ್ವಿದಳ ಧಾನ್ಯಗಳ ತಾಜಾ ಸಲಾಡ್ ಸೇರಿಸಿ. ಒಂದು ಹಿಡಿಯಷ್ಟು ಹಸಿರು ಎಲೆಗಳ ತರಕಾರಿಗಳನ್ನು ಸೇರಿಸಿ. ಪೌಷ್ಟಿಕಾಂಶದ ಮೌಲ್ಯವನ್ನು ಸೇರಿಸಲು ಮತ್ತು ರುಚಿ ಹೆಚ್ಚಿಸಲು ನಿಮ್ಮ ಮನೆಯಲ್ಲಿ ಮೈಕ್ರೋ ಗ್ರೀನ್ಸ್ ಅನ್ನು ನೀವು ಬೆಳೆಯಬಹುದು.

ಹೆಚ್ಚು ಮೋಜು ಮತ್ತು ಆರೋಗ್ಯಕರವಾಗಿಸಲು ಮಕ್ಕಳನ್ನು ತೊಡಗಿಸಿಕೊಳ್ಳಿ.

ವಿವಿಧ ಹಣ್ಣುಗಳು, ತರಕಾರಿಗಳು ಮತ್ತು ಬೀಜಗಳನ್ನು ಪ್ರಯತ್ನಿಸುತ್ತಿರಿ. ಸಾಕಷ್ಟು ಕಿಣ್ವಗಳು, ಪೋಷಕಾಂಶಗಳು, ಜೀವಸತ್ವಗಳನ್ನು ಸಹಜವಾಗಿ ಪಡೆಯಲು ಅವುಗಳನ್ನು ಸಾಧ್ಯವಾದಷ್ಟು ವರ್ಣರಂಜಿತವಾಗಿಸಿ. ಅಗಸೆಬೀಜಗಳು, ಚಿಯಾ ಬೀಜಗಳು, ಸೂರ್ಯಕಾಂತಿ ಬೀಜಗಳು, ಸೆಣಬಿನ ಬೀಜಗಳು, ಕಪ್ಪು ಎಳ್ಳು, ಕುಂಬಳಕಾಯಿ ಬೀಜಗಳು ಮತ್ತು ತುಳಸಿ ಬೀಜಗಳೊಂದಿಗೆ ನಿಮ್ಮ ತಾಜಾ ಸಲಾಡ್ಗಳನ್ನು ನೀವು ಅಲಂಕರಿಸಬಹುದು. ಇವು ಇತರ ಪೋಷಕಾಂಶಗಳೊಂದಿಗೆ ಪ್ರೋಟೀನ್, ಫೈಬರ್, ಮತ್ತು ಒಮೆಗಾ -3 ಕೊಬ್ಬಿನಾಮ್ಲಗಳ ಉತ್ತಮ ಮೂಲಗಳಾಗಿವೆ.

ಕೋವಿಡ್ 19 ಲಾಕ್ಡೌನ್ ಮೊದಲ ತರಂಗದ ಸಮಯದಲ್ಲಿ, ನಾನು ಮತ್ತು ನನ್ನ ಪತಿ ವಿನಯ್ ಎಲ್ಲಕ್ಕಿಂತ ಆರೋಗ್ಯಕರ ಜೀವನಶೈಲಿಯನ್ನು ಅನುಭವಿಸಿದೆವು. ನಾವು 21 ದಿನಗಳ ಜೀವಂತ ಶಕ್ತಿಯುಳ್ಳ ಆಹಾರವನ್ನು ಮಾತ್ರ ಸೇವಿಸುವ ಸವಾಲನ್ನು ಸ್ವೀಕರಿಸಿದೆವು. ಇಲ್ಲಿದೆ ನಮ್ಮ 21 ದಿನಗಳ ಪ್ರಯಾಣದ ಅನುಭವ.

ಮೊದಲ ವಾರದಿಂದ ದೇಹದ ಕೊಬ್ಬು ಕರಗಲು ಪ್ರಾರಂಭಿಸಿತು.

ನಾವು ಶಕ್ತಿಯುತ ಮತ್ತು ಚೈತನ್ಯ ಭಾವನೆಯನ್ನು ಹೊಂದಲು ಸಾಧ್ಯವಾಯಿತು.

ನಾವು ದಣಿದ, ಆಲಸ್ಯ, ಅಥವಾ ಕಡಿಮೆ ಶಕ್ತಿಯ ಭಾವನೆ ಇಲ್ಲದೆ 14-16 ಗಂಟೆಗಳಿಗಿಂತ ಹೆಚ್ಚು ಕೆಲಸ ಮಾಡಲು ಸಾಧ್ಯವಾಯಿತು.

ನಾವು ಪ್ರತಿದಿನ 10 ಕಿಲೋಮೀಟರ್ ನಡೆಯುತ್ತಿದ್ದೆವು.

ಕರುಳನ್ನು ಶುದ್ಧೀಕರಿಸಲು ಸಹಾಯ ಮಾಡಿತು ಮತ್ತು ಅದರ ದಕ್ಷತೆಯನ್ನು ವೃದ್ಧಿಸಿತು.

ಚರ್ಮವು ಒಳಗಿನಿಂದ ತಿಳಿಗೊಂಡಿತು ಮತ್ತು ಹೊಳೆಯಲು ಪ್ರಾರಂಭಿಸಿತು.

ನಮ್ಮ ಪ್ರತಿರಕ್ಷಣಾ (Immune System) ವ್ಯವಸ್ಥೆಯನ್ನು ಬಲಪಡಿಸಿತು ಮತ್ತು ಖಚಿತವಾಗಿ ಸೋಂಕುಗಳಿಂದ ರಕ್ಷಿಸಿತು.

ಹೊಟ್ಟೆ ಉಬ್ಬುವುದು ಅಥವಾ ಅಹಿತಕರ ಭಾವನೆ ಇಲ್ಲ.

ಸರಳವಾಗಿ ಸಂಕ್ಷಿಪ್ತವಾಗಿ ಹೇಳುವುದಾದರೆ, 21 ದಿನಗಳ ಕೊನೆಯಲ್ಲಿ ನಾವು ಹಲವು ವರ್ಷ ಚಿಕ್ಕವರಾಗಿದ್ದೆವು.

ಈ ಸರಳ ಬದಲಾವಣೆಗಳನ್ನು ಮಾಡುವ ಮೂಲಕ, ನಿಮ್ಮ ದೇಹ ಮತ್ತು ಮನಸ್ಸು ನಿಮಗೆ ಅಪಾರವಾಗಿ ಧನ್ಯವಾಗಿರುತ್ತದೆ.

ನೀವು ಎಷ್ಟೇ ಮಾತುಗಳನ್ನಾದಿದರೂ ಪರವಾಗಿಲ್ಲ. ನೀವು ಎಷ್ಟು ವಾಕ್ಯಗಳನ್ನು ಬರೆದರೂ ಪರವಾಗಿಲ್ಲ. ಅನುಭವಗಳನ್ನು ಪದಗಳಿಂದ ಬದಲಾಯಿಸಲಾಗುವುದಿಲ್ಲ. ಪದಗಳು ಸೀಮಿತವಾಗಿವೆ. ವಾಕ್ಯಗಳು ಸೀಮಿತವಾಗಿವೆ. ಅವುಗಳ ಏಕೈಕ ಉದ್ದೇಶ ಮಾರ್ಗದರ್ಶನ ಮಾಡುವುದು ಮತ್ತು ನಿಮ್ಮ ಅನುಭವಗಳನ್ನು ಖಚಿತಪಡಿಸುವುದು. ಈ ಸಂಶೋಧನೆಗಳು ನಿಮ್ಮ ವೈಯಕ್ತಿಕ ಅನುಭವಗಳಿಂದ ಬಂದಿರಬೇಕು ಆಗ ಮಾತ್ರ ಅದಕ್ಕೆ ಮಹತ್ವ.

3

ನಿಮ್ಮ ಭೋಜನವನ್ನು ಪೂರ್ವನಿಯೋಜಿಸಿ

ನಮ್ಮ ಆರೋಗ್ಯವು ಅಡುಗೆಮನೆಯಲ್ಲಿದೆ ಎಂದು ನಾನು ನಂಬುತ್ತೇನೆ. ನಿಮ್ಮಲ್ಲಿ ಹೆಚ್ಚಿನವರು ಇದನ್ನು ಒಪ್ಪುತ್ತೀರಿ ಎಂದು ನಾನು ನಂಬಿದೇನಪ್ಪೇ. ಕೈಯಲ್ಲಿ ಅನೇಕ ಕಾರ್ಯಗಳು ಮತ್ತು ಅದೇ ಸಮಯದಲ್ಲಿ ನಿಭಾಯಿಸಲು ಹಲವು ಜವಾಬ್ದಾರಿಗಳೊಂದಿಗೆ ಮನೆಯಲ್ಲಿ ಆರೋಗ್ಯಕರ ಮತ್ತು ಪೌಷ್ಟಿಕ ಆಹಾರವನ್ನು ಹೇಗೆ ತಯಾರಿಸುವುದು ಎಂಬುದೇ ನಾವೆಲ್ಲರೂ ಹೊಂದಿರುವ ಏಕೈಕ ಸವಾಲು.

ಇದು ನನಗೆ ವೃತ್ತಿಪರ ಮತ್ತು ಕೌಟುಂಬಿಕ ಜೀವನದ ನನ್ನ ಎಲ್ಲಾ ಜವಾಬ್ದಾರಿಗಳೊಂದಿಗೆ ಆರೋಗ್ಯಕರ ಮತ್ತು ಪೌಷ್ಟಿಕ ಆಹಾರವನ್ನು ಉಳಿಸಿಕೊಳ್ಳಲು ಸಹಾಯ ಮಾಡಿದೆ. ಆರೋಗ್ಯಕರವಾಗಿ ತಿನ್ನಲು ಸಮಯ, ಶ್ರಮ ಮತ್ತು ಹಣದ ಅಗತ್ಯವಿದೆ ಎಂಬ ನಂಬಿಕೆಯಿದೆ. ನನ್ನ ತಂದದ ಅನುಭವವೆಂದರೆ ಆರೋಗ್ಯಕರ ಜೀವನಶೈಲಿಯನ್ನು ಬದಲಾಯಿಸಿದ ನಂತರ ಅವರಿಗೆ ತುಂಬಾ ಸಮಯ ಉಳಿದಿದೆ ಮತ್ತು ಸಾಕಷ್ಟು ಶ್ರಮ ಮತ್ತು ಹಣವನ್ನು ಉಳಿಸಲಾಗಿದೆ ಕೂಡ.

ನೀವು ಪೌಷ್ಟಿಕಾಂಶದಿಂದ ತುಂಬಿದ ಆಹಾರ/ಮನೆಯಲ್ಲಿ ಬೇಯಿಸಿದ ಆಹಾರವನ್ನು ತಿನ್ನಲು ಬಯಸಿದಾಗ/ಸಂಪೂರ್ಣವಾದ ಕೆಲಸದ ದಿನದಂದು ಪ್ರಲೋಭನೆಗಳನ್ನು ತಪ್ಪಿಸಲು, ಬೇಕಾಗಿರುವುದು ಸ್ವಲ್ಪ ಪೂರ್ವನಿಯೋಜನೆ ಮಾತ್ರ.

ಭೋಜನವನ್ನು ಹೇಗೆ ಪೂರ್ವನಿಯೋಜಿಸುವುದು ಮತ್ತು ಅದಕ್ಕೆ ಏನು ಅವಶ್ಯಕ?

ಪೇಪರ್ ಮತ್ತು ಪೆನ್ಸಿಲ್ ನಿಮ್ಮ ಸರಳ ಮತ್ತು ಸುಲಭ ಪರಿಹಾರವಾಗಿದೆ.

ಒಂದು ವಾರಕ್ಕೆ ನಿಮ್ಮ 3 ಭೋಜನಗಳನ್ನು ಒಂದು ಬದಿಯಲ್ಲಿ ಬರೆಯಿರಿ ಮತ್ತು ಇನ್ನೊಂದು ಬದಿಯಲ್ಲಿ ನೀವು ಶಾಪಿಂಗ್ ಮಾಡಲು ಬೇಕಾದ ಸಾಮಗ್ರಿಗಳನ್ನು ಬರೆಯಿರಿ. ನಿಮ್ಮ ಪಟ್ಟಿ ಸಿದ್ಧವಾದ ನಂತರ, ಅದನ್ನು ಶಾಪಿಂಗ್ ಮಾಡಿ. ನಿಮ್ಮ ತರಕಾರಿಗಳನ್ನು ತೊಳೆಯುವ ಮೂಲಕ ಪೂರ್ವ-ತಯಾರು ಮಾಡಿ, ಅವುಗಳನ್ನು ಸ್ವಚ್ಛಗೊಳಿಸಿ, ಮತ್ತು ಅವುಗಳನ್ನು ವಿಭಾಗೀಕರಿಸುವುದು, ಆದ್ದರಿಂದ ನಿಮ್ಮ ಬಿಡುವಿಲ್ಲದ ದಿನಗಳಲ್ಲಿ ಕಡಿಮೆ ಶ್ರಮ ಮತ್ತು ಸಮಯದೊಂದಿಗೆ ಅಡುಗೆ ಮಾಡಲು ನಿಮಗೆ ಸಾಧ್ಯವಾಗುತ್ತದೆ. ನಾನು ಅಡುಗೆಮನೆಯಲ್ಲಿ ಮೊದಲಿನಿಂದ ಅಡುಗೆ ಪ್ರಾರಂಭಿಸಬೇಕು ಎಂದು ನೀವು ಯೋಚಿಸಿದ ತಕ್ಷಣ, ಮನಸ್ಸು ಏನನ್ನಾದರೂ ಆನ್‌ಲೈನ್ ನಲ್ಲಿಆರ್ಡರ್ ಮಾಡಲು ಅಥವಾ ನಿಮ್ಮ ಕೈಗೆ ಸಿಗುವ ಎಲ್ಲವನ್ನೂ ಪಡೆದುಕೊಳ್ಳಲು ಪ್ರಚೋದಿಸುತ್ತದೆ. ಇಲ್ಲಿ ನಿಮ್ಮ ದಣಿದ ದೇಹ ಅಥವಾ ಭಾವನೆಗಳ ಪ್ರಭಾವವನ್ನು ನೀವು ನಿರ್ಲಕ್ಷಿಸುವಂತಿಲ್ಲ.

ನೀವು ಸ್ಮೂಧಿಗಳು ಅಥವಾ ಶೇಕ್‌ಗಳ ಸುಲಭ ಮತ್ತು ತ್ವರಿತ ಪಾಕವಿಧಾನಗಳನ್ನು ಇಟ್ಟುಕೊಳ್ಳಬಹುದು, ಹಸಿರು ಎಲೆಗಳ ತರಕಾರಿಗಳು, ಓಟ್ಸ್, ಪ್ರೋಬಯಾಟಿಕ್ಸ್, ಚೆರ್ರಿಗಳು, ಒಣ ಕಾಯಿ ಮತ್ತು ಬೀಜಗಳ ಜೊತೆಗೆ ಅವುಗಳನ್ನು ಬ್ಲೆಂಡರ್ಗೆ ಹಾಕುವ ಮಾಡುವ ಮೂಲಕ ತಯಾರಿಸಬಹುದು. ಇದು ನಿಮಗೆ ಪೌಷ್ಟಿಕ, ಆರೋಗ್ಯಕರ, ಪೋಷಣ ಪೂರೈಸುವ ಊಟವಾಗಿದೆ. ಕತ್ತರಿಸಿದ ತಾಜಾ ತರಕಾರಿಗಳ ಮಿಶ್ರಣ ಮಾಡಲು ನೀವು ಸಿದ್ಧವಾಗಿರಬಹುದು. ನೀವು ಅವುಗಳನ್ನು ನಿಮ್ಮ ಮನಸ್ಥಿತಿಗೆ ಆಯ್ಕೆ ಮಾಡಿಕೊಳ್ಳಬಹುದು ಮತ್ತು ರುಚಿ, ಸುವಾಸನೆ ಮತ್ತು ಪೌಷ್ಟಿಕಾಂಶವನ್ನು ಹೆಚ್ಚಿಸಲು ಮೆಣಸು ಪುಡಿ ಮತ್ತು ನಿಂಬೆ ರಸದೊಂದಿಗೆ ಒಂದು ಹಿಡಿ ಒಣ ಕಾಯಿ ಮತ್ತು ಬೀಜಗಳನ್ನು ಮಿಶ್ರಣ ಮಾಡಿಕೊಳ್ಳಬಹುದು. ಕ್ಷಣಿಕ ಪ್ರಲೋಭನೆಗಳಿಂದ ನಿಮ್ಮ ಮನಸ್ಸನ್ನು ವಿಚಲಿತಗೊಳಿಸುವ ತಂತ್ರವನ್ನು ಒಮ್ಮೆ ಪಡೆದರೆ, ನೀವು ಆರೋಗ್ಯಕರ, ಪೌಷ್ಟಿಕ, ಮತ್ತು ಸಂಪೂರ್ಣ ಭೋಜನವನ್ನು ನೀವು ಸದಾ ಆನಂದಿಸುತ್ತೀರಿ.

ಸದಾ ಹಣ್ಣುಗಳು, ತಾಜಾ ತರಕಾರಿ, ಒಣ ಕಾಯಿ ಮತ್ತು ಬೀಜಗಳಂತಹ ಆರೋಗ್ಯಕರ ತಿಂಡಿಗಳನ್ನು ಖರೀದಿಸಲು ಮರೆಯಬೇಡಿ. ನಿಮ್ಮ ಸುತ್ತಲೂ ಪ್ಯಾಕ್ ಮಾಡಿದ ಆಹಾರಗಳನ್ನು ಸಂಗ್ರಹಿಸುವುದನ್ನು ತಪ್ಪಿಸಿ ಲೇಬಲ್ ಯಾವುದೇ ಸಕ್ಕರೆ ಇಲ್ಲ, ಉಪ್ಪು ಇಲ್ಲ, ಸಾವಯವ, ಆರೋಗ್ಯಕರ, ಪೌಷ್ಟಿಕ,

ಇತ್ಯಾದಿಗಳನ್ನು ಮುದ್ರಿಸಿದೆ ಎಂಬುದನ್ನು ಲೆಕ್ಕಿಸಬೇಡಿ.

ಇತ್ಯಾದಿಗಳನ್ನು ಮುದ್ರಿಸಿದೆ ಎಂಬುದನ್ನು ಲೆಕ್ಕಿಸಬೇಡಿ.

4

ಕೃತಕ ಮತ್ತು ಸಂಸ್ಕರಿಸಿದೆ ಸಕ್ಕರೆಗಳನ್ನು ನೈಸರ್ಗಿಕ ಪದಾರ್ಥಗಳೊಂದಿಗೆ ಬದಲಾಯಿಸಿ

ಸ್ವಲ್ಪ ಸಮಯ ತೆಗೆದುಕೊಳ್ಳಿ ಮತ್ತು ನೀವು ದಿನಕ್ಕೆ ಎಷ್ಟು ಸಕ್ಕರೆ ಸೇವಿಸುತ್ತೀರಿ ಎಂದು ಲೆಕ್ಕ ಹಾಕಿ?

ಇದು ಕಣ್ಣು ತೆರೆಯುವ ಒಳನೋಟವೇ ಸರಿ!!

ನೀವು ಒಮ್ಮೆ ಸಕ್ಕರೆಯನ್ನು ಸೇವಿಸಿದರೆ, ಅದನ್ನು ಹೆಚ್ಚು ಹೆಚ್ಚು ತಿನ್ನುತ್ತೀರಿ ಎಂದು ನೀವು ಗಮನಿಸಿದ್ದೀರಾ?

ಬನ್ನಿ ಬಿಳಿ ಸಕ್ಕರೆಯ ಕಪ್ಪು ಮುಖವನ್ನು ಅರ್ಥಮಾಡಿಕೊಳ್ಳೋಣ!!

ಸಕ್ಕರೆ ಕೊಕೇನ್‌ನಂತೆಯೇ ವ್ಯಸನಕಾರಿ ಎಂದು ಅಧ್ಯಯನಗಳು ಮತ್ತು ಸಂಶೋಧಕರು ಸಾಬೀತುಪಡಿಸಿದ್ದಾರೆ.

ಸಕ್ಕರೆಯನ್ನು ಸೇವಿಸಿದಾಗ ನಿಮ್ಮಲ್ಲಿ ಆಗುವ ಈ 3 ನಡವಳಿಕೆಗಳನ್ನು ದಯವಿಟ್ಟು ಗಮನಿಸಿ.

ರುಚಿಕರತೆ (Palatability) – ರುಚಿಕರತೆ ಇರುವ ಆಹಾರವು ತುಂಬ ರುಚಿಯಾಗಿರುತ್ತದೆ ಮಾತ್ರವಲ್ಲ ನಾನು ಅದನ್ನು ತಿಂದಾಗ, ಅದು ನನಗೆ ಹೆಚ್ಚು ತಿನ್ನಲು ಪ್ರೇರೇಪಿಸುತ್ತದೆ.

ಹೆಡೋನಿಕ್ ಮೌಲ್ಯ (Hedonic Value) - ಇದು ಸಕ್ಕರೆಯ ಆಹಾರಗಳನ್ನು ಸೇವಿಸಿದಾಗ ವ್ಯಕ್ತಿಯು ಅನುಭವಿಸುವ ಆನಂದವಾಗಿದೆ. ಸಿಹಿ ಪಾನೀಯಗಳ ಹೆಡೋನಿಕ್ ಮೌಲ್ಯ 10% ಎಂದು ಗುರುತಿಸಲಾಗಿದೆ. ಇದು "ಆನಂದದ ಬಿಂದು".

ಸಕ್ಕರೆಯ ಆಹಾರಗಳ ಹೆಡೋನಿಕ್ ಮೌಲ್ಯವು ಅದನ್ನು ತಿನ್ನುವ ವ್ಯಕ್ತಿಯು ಅನುಭವಿಸುವ ಆನಂದದ ತೀವ್ರತೆಯಾಗಿದೆ. ಇದು ಆ ಆಹಾರವನ್ನು ಮತ್ತೆ ಮತ್ತೆ ತಿನ್ನುವ ಮೂಲಕ ಆನಂದದ ಬಿಂದುವನ್ನು ಪುನಃ ಅನುಭವಿಸುವ ಬಯಕೆಯನ್ನು ಪ್ರಚೋದಿಸುತ್ತದೆ.

ಬಲವರ್ಧನೆ (Reinforcement) - ಸಕ್ಕರೆಯ ರುಚಿಗೆ ಒಡ್ಡಿಕೊಂಡ ನಂತರ, ನನಗೆ ಹಸಿವಾಗಿದೆಯೇ ಅಥವಾ ಇಲ್ಲವೇ ಎಂಬುದನ್ನು ಲೆಕ್ಕಿಸದೆ, ಅದರಲ್ಲಿ ಹೆಚ್ಚಿನದನ್ನು ಪಡೆಯಲು ನಾನು ಹೆಚ್ಚು ಶ್ರಮಿಸಲು ಸಿದ್ಧನಿರುತ್ತೇನೆ. ನಾವು ನಿರಂತರವಾಗಿ ಸಕ್ಕರೆ ಆಹಾರಗಳನ್ನು ಮಾರಾಟ ಮಾಡುತ್ತಿದ್ದೇವೆ ಮತ್ತು ನಾವೇ ಅತಿಯಾಗಿ ಹೊಟ್ಟೆ ತುಂಬಿಕೊಳ್ಳುತ್ತೇವೆ.

ಹಾಗಾದರೆ ಬಿಳಿ ಸಕ್ಕರೆಯ ಬಗ್ಗೆ ಏಕೆ ಚಿಂತಿಸಬೇಕು?

ಅನಿಯಂತ್ರಿತ ಸಕ್ಕರೆ ಸೇವನೆಯ ದೀರ್ಘಾವಧಿಯ ಕೆಲವು ಪರಿಣಾಮಗಳು ಇಲ್ಲಿವೆ.

ಕಡುಬಯಕೆಗಳು (Craving) ಮತ್ತು ತೂಕ ಹೆಚ್ಚಾಗುವುದು.

ಟೈಪ್ 2 ಮಧುಮೇಹ.

ಅತಿ ಹೆಚ್ಚು ಆಯಾಸ.

ನಿದ್ರಿಸಲು ತೊಂದರೆ.

ಹೃದ್ರೋಗ ಮತ್ತು ಹೃದಯಾಘಾತ.

ಮೂಡ್ ಅಸ್ವಸ್ಥತೆಗಳು. ಮೆದುಳಿನ ಮಂಜು (Brain fog) ನೀವು ನಿಯಮಿತವಾಗಿ ಹೆಚ್ಚು ಸಕ್ಕರೆಯನ್ನು ಸೇವಿಸಿದಾಗ, ನಿಮ್ಮ ದೇಹವು ನಿರಂತರವಾಗಿ ಶಿಖರಗಳು ಮತ್ತು ಕುಸಿತಗಳ ನಡುವೆ ಆಂದೋಲನಗೊಳ್ಳುತ್ತದೆ, ಇದು ಮಕ್ಕಳಲ್ಲಿ ಸಹ ಕಿರಿಕಿರಿ, ಅಸಹನೆ ಮತ್ತು ಆಕ್ರಮಣಕಾರಿ ನಡವಳಿಕೆಗೆ ಕಾರಣವಾಗುತ್ತದೆ.

ಈಗ ಪ್ರಲೋಭನೆಗಳಿಂದ ತುಂಬಿರುವ ಜಗತ್ತಿನಲ್ಲಿ ನನ್ನ ಆಯ್ಕೆಗಳು ಯಾವುವು!

ಸಂಸ್ಕರಿಸಿದ ಮತ್ತು ಕೃತಕ ಸಕ್ಕರೆಗಳನ್ನು ಕ್ರಮೇಣವಾಗಿ ಬದಲಿಸಲು ಪ್ರಾರಂಭಿಸಿ. ಉದಾಹರಣೆ: ಸಾವಯವ ಬೆಲ್ಲ, ಜೇನುತುಪ್ಪ, ಖರ್ಜೂರದ ಸಿರಪ್, ತಾಜಾ ಕಾಲೋಚಿತ ಹಣ್ಣುಗಳು, ಮತ್ತು ತೆಂಗಿನ ಸಕ್ಕರೆ ಇತ್ಯಾದಿ.

ಇದು ಹೇಗೆ ಕೆಲಸ ಮಾಡುತ್ತದೆ?

ನಾನು ಸಕ್ಕರೆ ಅಥವಾ ಸಿಹಿ ಆಹಾರವನ್ನು ತಿನ್ನಲು ಬಯಸಿದಾಗ, ಸಿಹಿ ರುಚಿಯ ಜೊತೆಗೆ ಹೆಚ್ಚಿನ ಫೈಬರ್ ಮತ್ತು ಪೌಷ್ಟಿಕಾಂಶವನ್ನು ಹೊಂದಿರುವ ಈ ನೈಸರ್ಗಿಕ ಸಿಹಿಕಾರಕಗಳನ್ನು ಸೇವಿಸಿದಾಗ ನಮಗೆ ತ್ವರಿತವಾಗಿ ಹೊಟ್ಟೆ ತುಂಬಿದ ಅನುಭವ ನೀಡುತ್ತದೆ. ಇದು ಸಕ್ಕರೆ ಚಟದ ಬಲೆಗೆ ಬೀಳದಂತೆ ನಮ್ಮನ್ನು ರಕ್ಷಿಸುತ್ತದೆ. ಸಂಸ್ಕರಿಸಿದ ಸಿಹಿತಿಂಡಿಗಳು ಶೂನ್ಯ ಪೋಷಣೆಯೊಂದಿಗೆ ನಿರ್ಜೀವ ಕ್ಯಾಲೊರಿಗಳನ್ನು ಹೊಂದಿರುತ್ತವೆ ಮತ್ತು ಅತಿಯಾದ ಸಕ್ಕರೆ ಸೇವನೆಯ ಅಪಾಯವಿದೆ.

ನಾವು 1 ತಿಂಗಳ ಕಾಲ ಸಂಸ್ಕರಿಸಿದ ಸಕ್ಕರೆ-ಮುಕ್ತ ಆಹಾರವನ್ನು ಅನುಸರಿಸಿದೆವು. ಆರಂಭಿಕ ದಿನಗಳಲ್ಲಿ, ಹಲವು ಕಡುಬಯಕೆಗಳ ಕ್ಷಣಗಳನ್ನು ಹೊಂದಿದ್ದೆವು.ಹಲವು ದಿನಗಳಲ್ಲಿ, ಅಂತಹ ಯಾವುದೇ ಹೋರಾಟಗಳು ಇರಲಿಲ್ಲ. ನಾವು ದಿನವಿಡೀ ಉತ್ತಮ ಶಕ್ತಿಯನ್ನು ಹೊಂದಿದ್ದೆವು. ಸಕ್ಕರೆಯ ಆಹಾರದ ಮೇಲೆ ಯಾವುದೇ ಭಾವನಾತ್ಮಕ ಭೋಗವಿಲ್ಲ ಮತ್ತು ಇದು ಆರೋಗ್ಯಕರ ಜೀವನಶೈಲಿಯನ್ನು ನಡೆಸಲು ನಮಗೆ ಸಹಾಯ ಮಾಡಿತು. ನಾವು ತಾಜಾ ಹಣ್ಣುಗಳು, ಬೆಲ್ಲ, ಮತ್ತು ಖರ್ಜೂರವನ್ನು ಬೇಕಾದಾಗ ತಿನ್ನುವುದನ್ನು ಆನಂದಿಸಿದೆವು. ಬಿಳಿ ಸಕ್ಕರೆ ಖರೀದಿಸುವುದನ್ನು ನಿಲ್ಲಿಸಿ ಹಲವು ವರ್ಷಗಳೇ ಕಳೆದಿವೆ. ನಮ್ಮ ಎಲ್ಲಾ ಸಿಹಿ ತಿನಿಸುಗಳಿಗೆ ಬೆಲ್ಲವನ್ನು ಉದಾರವಾಗಿ ಬಳಸುತ್ತೇವೆ.

5

ಮೈಂಡ್ಫುಲ್ (Mindful) ಬೆಳಗಿನ ದಿನಚರಿಗಳಲನ್ನು ಪಡೆಯಿರಿ

ನಿಮ್ಮ ಬೆಳಿಗ್ಗೆ ಆತ್ಮಾವಲೋಕನ ಮಾಡಿಕೊಳ್ಳಲು ಒಂದು ನಿಮಿಷ ತೆಗೆದುಕೊಳ್ಳಿ. ನಾನು ವಿಪರೀತ ಸಮಯ ಮತ್ತು ಶಕ್ತಿಯ ಕೊರತೆ, ಒತ್ತಡ, ಹಾನಿ, ನಿದ್ರಾಹೀನತೆ, ಬಳಲಿಕೆ, ಕಿರುಚಾಟ ಮತ್ತು ಅಸಮಾಧಾನ ಈ ಕೆಲವನ್ನು ಹೆಸರಿಸಲು ಮಾತ್ರ ಯೋಚಿಸಬಲ್ಲೆ. ನೀವೂ ಅದನ್ನೇ ಅನುಭವಿಸುತ್ತಿದ್ದೀರಾ?

ನಮ್ಮಲ್ಲಿ ಪ್ರತಿಯೊಬ್ಬರೂ ನಮ್ಮ ಬೆಳಗಿನ ಸಮಯವನ್ನು ನಮಗೆ ಮತ್ತು ನಮ್ಮ ಪ್ರೀತಿಪಾತ್ರರಿಗೆ ಹಿತವಾದ, ಸಂತೋಷದ, ಶಕ್ತಿಯುತ, ಶಾಂತವಾದ ಮುಂಜಾನೆಯಾಗಿ ಹೇಗೆ ಪರಿವರ್ತಿಸಬಹುದು ಎಂಬುದನ್ನು ಅರ್ಥಮಾಡಿಕೊಳ್ಳಲು ಓದಿ.

ನಿಮ್ಮ ಬೆಳಗಿನ ದಿನಚರಿಯು ನಿಮ್ಮನ್ನು ಯಶಸ್ಸಿಗೆ ಸಿದ್ಧಗೊಳಿಸುತ್ತದೆ.

ನಿಯೋಜಿತ ಎಚ್ಚರಿಕೆಯ ಬೆಳಗಿನ ದಿನಚರಿಯನ್ನು ಹೊಂದುವ ಪ್ರಯೋಜನಗಳು.

ದೀರ್ಘಾವಧಿಯಲ್ಲಿ ಹೆಚ್ಚು ಆರೋಗ್ಯಕರ ಅಭ್ಯಾಸಗಳನ್ನು ಅಳವಡಿಸಿಕೊಳ್ಳುವುದನ್ನು ಸುಲಭಗೊಳಿಸುತ್ತದೆ.

ನನ್ನ ವೇಳಾಪಟ್ಟಿಯ ಮೇಲೆ ನಾನು ಹೆಚ್ಚು ನಿಯಂತ್ರಣ ಹೊಂದಿರುತ್ತೇನೆ.

ನಾನು ಉತ್ತಮ ಸಮಯದ ನಿರ್ವಹಣೆಯನ್ನು ಹೊಂದಿರುತ್ತೇನೆ.

ನಾನು ಬೇಡಿಕೆಗಳಿಗೆ ಪ್ರತಿಕ್ರಿಯಿಸುವ ಬದಲು ಪ್ರತಿ ಕಾರ್ಯದಲ್ಲಿ ಉದ್ದೇಶಪೂರ್ವಕವಾಗಿ ತೊಡಗಿಸಿಕೊಂಡಿರುತ್ತೇನೆ.

ಇದು ಮುಂದೆ ಏನಾಗುತ್ತದೆ ಎಂದು ನಿರೀಕ್ಷಿಸುವ ಆತಂಕವನ್ನು ತಪ್ಪಿಸುತ್ತದೆ ಮತ್ತು ದಿನವನ್ನು ಉತ್ತಮವಾಗಿ ನಿಭಾಯಿಸಲು ಸುಲಭಗೊಳಿಸುತ್ತದೆ.

ಕಾರ್ಯಗಳನ್ನು ಮುಂದೆ ನ್ಯಾವಿಗೇಟ್ ಮಾಡುವಾಗ ನಾನು ಸಮರ್ಥನಾಗಿದ್ದೇನೆ, ನಿಯಂತ್ರಣದಲ್ಲಿದ್ದೇನೆ, ಮತ್ತು ಕೇಂದ್ರಿತನಾಗಿದ್ದೇನೆ ಎಂದು ನನಗೆ ಬಲವರ್ಧನೆ ನೀಡುತ್ತದೆ.

ಹೆಚ್ಚು ಉತ್ಪಾದಕತೆಯ ಭಾವನೆಯು ನನಗೆ ಪೂರ್ಣತೆ, ಸ್ವಯಂ-ಪರಿಣಾಮಕಾರಿತ್ವ ಮತ್ತು ನನ್ನ ಸಾಧನೆಗಳಲ್ಲಿ ಹೆಮ್ಮೆಯನ್ನು ನೀಡುತ್ತದೆ.

ಈಗ ಈ ಎಲ್ಲಾ ಪ್ರಯೋಜನಗಳನ್ನು ತಿಳಿದ ನಾವು ಜಾಗರೂಕ ಮತ್ತು ಉತ್ಪಾದಕ ಬೆಳಗಿನ ದಿನಚರಿಯನ್ನು ನಿರ್ಮಿಸಲು ಕೆಲಸ ಮಾಡೋಣ.

1. ನಿಗದಿತ ಮಲಗುವ ಸಮಯ ಮತ್ತು ಎಚ್ಚರಗೊಳ್ಳುವ ಸಮಯವನ್ನು ಕಾಪಾಡಿಕೊಳ್ಳಿ. ಇದು ಪ್ರತಿದಿನ ಅಭ್ಯಾಸಿಸಲು ಸರಳ ಮತ್ತು ಸುಲಭವಾದ ಕೆಲಸವನ್ನು ರಚಿಸುತ್ತದೆ. ಸ್ಥಿರತೆಯು ಯಾವುದೇ ದಿನಚರಿಯ ಹೃದಯಭಾಗವಾಗಿದೆ. ಇದು ಮುಂದೆ ಉತ್ತಮ ದಿನಕ್ಕಾಗಿ ನಿಮ್ಮನ್ನು ಹೊಂದಿಸುತ್ತದೆ. ಇದು ರಾತ್ರಿಯಲ್ಲಿ ಉತ್ತಮ ಗುಣಮಟ್ಟದ ನಿದ್ರೆಯನ್ನು ಸಹ ನೀಡುತ್ತದೆ ಏಕೆಂದರೆ ಅದೇ ಸಮಯದಲ್ಲಿ ಏಳುವುದು ಮತ್ತು ನಿದ್ರಿಸುವುದು ನಿಮ್ಮ ಆಂತರಿಕ ಗಡಿಯಾರ ಅಥವಾ ಸಿಕ್ಕಾಡಿಯನ್ ರಿದಮ್ ಅನ್ನು ಹೊಂದಿಸುತ್ತದೆ. ಚೆನ್ನಾಗಿ ವಿಶ್ರಾಂತಿ ಪಡೆದ ದೇಹವು ಅತ್ಯುತ್ತಮ ಶಕ್ತಿಗೆ ಕಾರಣವಾಗುತ್ತದೆ, ಇದು ಉತ್ಪಾದಕ ಮತ್ತು ಪರಿಣಾಮಕಾರಿ ದಿನಕ್ಕೆ ಕಾರಣವಾಗುತ್ತದೆ.

2. ದಿನಕ್ಕೆ ನಿಮ್ಮ ಉದ್ದೇಶವನ್ನು ಹೊಂದಿಸಿ. ಮುಂಜಾನೆ 4:00 ಗಂಟೆಗೆ ನನ್ನ ಅಲಾರಾಂ ರಿಂಗಣಿಸಿದ ತಕ್ಷಣ, ನಾನು ಬಲಭಾಗದಿಂದ ತಿರುಗಿ ಎದ್ದೇಳುತ್ತೇನೆ ಮತ್ತು ಈ ಮೂಲಕ ದಿನಕ್ಕೆ ನನ್ನ ಉದ್ದೇಶವನ್ನು ಹೊಂದಿಸುವ ಮೂಲಕ ನನ್ನೊಂದಿಗೆ ಇನ್ನೂ ಕೆಲವು ನಿಮಿಷಗಳನ್ನು ಜಾಗರೂಕತೆಯಿಂದ ಕಳೆಯುತ್ತೇನೆ. ನಾನು ಇಂದು ಜೀವಂತವಾಗಿದ್ದೇನೆ ಮತ್ತುಇಂದು ನನ್ನ ಜೀವನದ ಅತ್ಯಂತ ಸಂತೋಷದಾಯಕ ದಿನವಾಗಿರುವುದಕ್ಕೆ ನಾನು ಕೃತಜ್ಞನಾಗಿದ್ದೇನೆ. ಇಂದು ನನಗೆ ಈ ಅದ್ಭುತ ಅವಕಾಶವನ್ನು ನೀಡಿದ್ದಕ್ಕಾಗಿ ನಾನು ದೇವರಿಗೆ ಧನ್ಯವಾದ ಹೇಳುತ್ತೇನೆ. ನನ್ನ ಪ್ರಜ್ಞೆ ಮತ್ತು ಸಾವಧಾನತೆಯನ್ನು ಹೆಚ್ಚಿಸಲು ಮತ್ತು ವಿಸ್ತರಿಸಲು ಕೆಲವು ಆಳವಾದ ಉಸಿರನ್ನು ತೆಗೆದುಕೊಳ್ಳುತ್ತೇನೆ. ಒಮ್ಮೆ ನಾನು

ಮೊದಲ 10 ನಿಮಿಷಗಳನ್ನು ನನ್ನೊಂದಿಗೆ ಕಳೆದ ನಂತರ ನಾನು ಹಾಸಿಗೆಯಿಂದ ಇಳಿಯುತ್ತೇನೆ. ನಾನು ದಿನದ ಅಪಾಯಿಂಟ್‌ಮೆಂಟ್‌ಗಳಿಗಾಗಿ ನನ್ನ ಕ್ಯಾಲೆಂಡರ್ ಅನ್ನು ನೋಡುತ್ತೇನೆ. ಅದು ನಾನು ಮಲಗುವವರೆಗೂ ನನ್ನ ದಿನವು ಹೇಗೆ ಹೊರಹೊಮ್ಮುಲಿದೆ ಎಂಬುದರ ಕುರಿತು ಉತ್ತಮ ಕಲ್ಪನೆಯನ್ನು ನೀಡುತ್ತದೆ. ನಂತರ ನಾನು ನನ್ನ ದೃಢೀಕರಣಗಳು ಮತ್ತು ಸಕಾರಾತ್ಮಕ ಆಲೋಚನೆಗಳ ಜೊತೆಗೆ ಕಳೆಯುತ್ತೇನೆ. ನನ್ನ ವಾಶ್ರೂಮ್ ಬಳಕೆಯ ನಂತರ, ನಾನು 500 ಮಿಲಿ ಕೋಣೆಯ ಉಷ್ಣಾಂಶದ ನೀರಿನಿಂದ ನನ್ನ ಉಪವಾಸವನ್ನು ಅಂತ್ಯಗೊಳಿಸುತ್ತೇನೆ. ಪ್ರತಿದಿನ ನಾನು ನನ್ನೊಂದಿಗೆ ಮೊದಲ 45 ನಿಮಿಷಗಳನ್ನು ಕಳೆಯುತ್ತೇನೆ ಮತ್ತು ಅದ್ಭುತವಾದ ಅವಕಾಶಗಳಿಗಾಗಿ ಕೃತಜ್ಞತೆಯನ್ನು ವ್ಯಕ್ತಪಡಿಸುವ ಮೂಲಕ ಎಚ್ಚರಿಕೆಯಿಂದ ಆಲೋಚನೆಗಳನ್ನು ಹೊಂದಿರುತ್ತೇನೆ.

3. ನಿಮಗೆ ಎಷ್ಟು ಸಮಯ ಬೇಕು ಎಂದು ಪೂರ್ವನಿಯೋಜಿಸಿ. ನನ್ನ ದಿನಚರಿಯ ಮಾದರಿ ಇಲ್ಲಿದೆ ಇದು ನಿಮ್ಮ ದಿನಚರಿಯ ಕಲ್ಪನೆಯನ್ನು ನಿಮಗೆ ನೀಡಬಹುದು.

4:45 AM ನಿಂದ 5:00 AM ವರೆಗೆ -ಪ್ರತಿ ನಿಮಿಷ ಮೌನವನ್ನು ಆನಂದಿಸುತ್ತಾ ತಾಲೀಮುಗೆ ಸಿದ್ಧರಾಗುವುದು.

5:00 AM ನಿಂದ 6:00 AM ವರೆಗೆ ಯೋಗದೊಂದಿಗೆ ಹೆಚ್ಚಿನ ತೀವ್ರತೆಯ ಮಧ್ಯಂತರ ತಾಲೀಮು.

6:00 AM ನಿಂದ 6:20 AM ಧ್ಯಾನ.

6:30 AM ನಿಂದ 9:00 AM ಶವರ್, ಪೂಜೆ, ಉಪಹಾರ, ಮತ್ತು ಊಟದ ತಯಾರಿ, ಕುಟುಂಬದ ಉಪಹಾರ ಸಮಯ.

ಈ ಎಲ್ಲಾ ಕಾರ್ಯಗಳು ಪೂರ್ಣಗೊಂಡ ನಂತರ, ನಾನು ನನ್ನ ಫೋನ್‌ಒನಂದಿಗೆ ವಿರಾಮ ತೆಗೆದುಕೊಳ್ಳುತ್ತೇನೆ ಮತ್ತು ಎಲ್ಲಾ ಸಂದೇಶಗಳು ಮತ್ತು ಪ್ರಶ್ನೆಗಳಿಗೆ ಪ್ರತಿಕ್ರಿಯಿಸುತ್ತೇನೆ.

"ದಿನಚರಿಯ ಪ್ರತಿಯೊಂದು ಭಾಗದಲ್ಲಿ ಚಿಂತನಶೀಲವಾಗಿ ತೊಡಗಿಸಿಕೊಳ್ಳುವುದು ವಿಪರೀತ ಮತ್ತು ಪ್ರತಿಕ್ರಿಯಾತ್ಮಕತೆಯನ್ನು ಕಡಿಮೆ ಮಾಡುತ್ತದೆ ಮತ್ತು ದಿನಚರಿಯನ್ನು ಪೂರ್ಣಗೊಳಿಸುವುದರಿಂದ ಪಡೆದ ಶಾಂತ ಮತ್ತು ಆನಂದದ ಅರ್ಥವನ್ನು ಹೆಚ್ಚಿಸುತ್ತದೆ."

4. ಸ್ನೂಜ್ ಬಟನ್ ಅನ್ನು ಹಿಟ್ ಮಾಡಬೇಡಿ "ಸ್ನೂಜ್ಗಳು ದಿನಕ್ಕ ಒಂದು ತಪ್ಪು ಆರಂಭವಾಗಿದೆ. ಅಲ್ಪಾವಧಿಯಲ್ಲಿ, ಸ್ನೂಜ್ ಅನ್ನು ಹೊಡೆಯುವುದು ಗೆಲುವಿನಂತೆ

ಭಾಸವಾಗಬಹುದು ಆದರೆ ನಿಮ್ಮ ಉಳಿದ ದಿನವನ್ನು ಚಿಂತನಶೀಲವಾಗಿ ಸಾಧಿಸುವ ಗುರಿಯನ್ನು ಮುನ್ನಡೆಸುವಲ್ಲಿ ಇದು ಸೀಮಿತ ಉಪಯುಕ್ತತೆಯನ್ನು ಹೊಂದಿದೆ.

5. ನೀವು ಹಾಸಿಗೆಯಲ್ಲಿ ಮಲಗಲು ಪ್ರಲೋಭನೆಗೆ ಒಳಗಾಗುವ ಸಂದರ್ಭದಲ್ಲಿ ಹಾಸಿಗೆಯಿಂದ ಹೊರಬನ್ನಿ.

6. ಹಾಸಿಗೆಯ ಮೇಲೆ ಮಲಗಿ ಫೋನ್ ಅನ್ನು ಸ್ಕ್ರೋಲಿಂಗ್ ಮಾಡುವ ಶಿಫಾರಸು ನಾನು ಮಾಡುವುದಿಲ್ಲ. ನಿಮ್ಮ ಫೋನ್ ಸ್ಕ್ರೋಲಿಂಗ್ ಮಾಡುವುದನ್ನು ತಪ್ಪಿಸಿ. ಇದು ವಿಷಯವನ್ನು ಬುದ್ಧಿಹೀನವಾಗಿ ಓದಲು ಪ್ರಲೋಭನಗೊಳಿಸಬಹುದು, ಇದು ಉದ್ದೇಶಪೂರ್ವಕವಾಗಿ ಭಾವಿಸಬಹುದು, ಆದರೆ ನಿಷ್ಕ್ರಿಯ ಚಟುವಟಿಕೆ ಮತ್ತು ಶೂನ್ಯ ಕ್ರಿಯೆಯಾಗಿದೆ.

7. ಸ್ವಯಂ ದೃಢೀಕರಣವನ್ನು (self-affirmation) ಪ್ರಯತ್ನಿಸಿ. ಧನಾತ್ಮಕ ದೃಢೀಕರಣಗಳನ್ನು ಜೋರಾಗಿ ಹೇಳುವುದು ಅಥವಾ ಅವುಗಳನ್ನು ಬರೆಯುವುದು ಆತ್ಮವಿಶ್ವಾಸವನ್ನು ಬೆಳೆಸಲು ಸಹಾಯ ಮಾಡುತ್ತದೆ, ನಕಾರಾತ್ಮಕತೆಯನ್ನು ಎದುರಿಸಿ ಮತ್ತು ದೀರ್ಘಾವಧಿಯಲ್ಲಿ ನಿಮ್ಮ ಸಂಬಂಧಗಳಿಗೆ ಸಂಭಾವ್ಯವಾಗಿ ಪ್ರಯೋಜನವನ್ನು ನೀಡುತ್ತದೆ. ನಿಮ್ಮ ದೃಢೀಕರಣಗಳನ್ನು ನೀವು ಆಯ್ಕೆ ಮಾಡಬಹುದು ಅಥವಾ ಇವುಗಳಲ್ಲಿ ಕೆಲವನ್ನು ಪ್ರಯತ್ನಿಸಬಹುದು: ನಾನು ಬುದ್ಧಿವಂತ, ನಾನು ಸದೃಢ, ನಾನು ಸಮರ್ಥ, ನಾನು ದಯಾಮಯಿ. ನಾನು ಯೋಗ್ಯ, ನಾನು ಕೃತಜ್ಞ, ಮತ್ತು ನಾನು ಪುಣ್ಯವಂತ. ಇಂದು ಉತ್ತಮ ದಿನವಾಗಲಿದೆ.

8. ನೀರು ಕುಡಿಯಿರಿ. ಚಹಾ ಅಥವಾ ಕಾಫಿಗಿಂತ ಹೆಚ್ಚಾಗಿ ನೀರಿನಿಂದ ನಿಮ್ಮ ದಿನವನ್ನು ಪ್ರಾರಂಭಿಸುವುದು ಯಾವಾಗಲೂ ಅತ್ಯುತ್ತಮ. ನೀರು ಅತ್ಯಗತ್ಯ ಏಕೆಂದರೆ ಇದು ನಿಮ್ಮ ದೇಹವನ್ನು ಕಲ್ಮಶದಿಂದ ಶುದ್ಧೀಕರಿಸಲು ಸಹಾಯ ಮಾಡುತ್ತದೆ.

9. ವ್ಯಾಯಾಮವು ನಿಮಗೆ ಉತ್ತಮ ಗಮನವನ್ನು ನೀಡುತ್ತದೆ, ಅಗತ್ಯ ಪ್ರಮಾಣದ ಹಾರ್ಮೋನುಗಳನ್ನು ಬಿಡುಗಡೆ ಮಾಡುತ್ತದೆ, ಸಂತೋಷದ ಮನಸ್ಥಿತಿ, ದಿನವಿಡೀ ಉತ್ತಮ ಶಕ್ತಿ, ಹೆಚ್ಚಿದ ಜಾಗರೂಕತೆ, ಸಾವಧಾನತೆ, ಚಯಾಪಚಯ ಚಟುವಟಿಕೆಯನ್ನು ಹೆಚ್ಚಿಸುತ್ತದೆ, ಆರೋಗ್ಯಕರ ಆಹಾರ ಆಯ್ಕೆಗಳು, ಕೊಬ್ಬು ನಷ್ಟದ ಪ್ರಯಾಣವನ್ನು ಬೆಂಬಲಿಸುತ್ತದೆ. ಸಂಪೂರ್ಣ ತಾಲೀಮುಗಾಗಿ ನಿಮಗೆ ಸಮಯವಿಲ್ಲದಿದ್ದರೆ, ದಿನ ಪೂರ್ತಿ ಚಟುವಟಿಕೆಗಳನ್ನು ಮಾಡಲು ಸ್ನಾಯುಗಳು ಮತ್ತು ಕೀಲುಗಳನ್ನು ತಯಾರಿಸಲು ಪ್ರಯತ್ನಿಸಿ.

ಉರಿಯೂತವನ್ನು ಕಡಿಮೆ ಮಾಡುತ್ತದೆ ಮತ್ತು ರೋಗ ನಿರೋಧಕ ಶಕ್ತಿಯನ್ನು ಸುಧಾರಿಸುತ್ತದೆ, ಒತ್ತಡವನ್ನು ಕಡಿಮೆ ಮಾಡುವ ಪ್ರಾಣಾಯಾಮದಂತಹ ಉಸಿರಾಟದ ವ್ಯಾಯಾಮಗಳನ್ನು ಪ್ರಯತ್ನಿಸಿ.

10. ಸರಳ ಮತ್ತು ಆರೋಗ್ಯಕರ ಉಪಹಾರ ಆಯ್ಕೆಗಳನ್ನು ಮಾಡಿಕೊಳ್ಳಿ. ನಿಮ್ಮ ಉಪವಾಸವನ್ನು ಮುರಿಯಲು ಉತ್ತಮ ಆಯ್ಕೆಗಳು ಸಂಪೂರ್ಣ ಆಹಾರಗಳನ್ನು ಆಧರಿಸಿವೆ. ನೈಸರ್ಗಿಕ ಸ್ಥಿತಿಯಲ್ಲಿರುವ ಆಹಾರಗಳು, ಹಣ್ಣುಗಳು, ರಾಗಿ ಮಾಲ್ಟ್, ದ್ವಿದಳ ಧಾನ್ಯಗಳು, ತಾಜಾ ಹಸಿರು ಸಲಾಡ್‌ಗಳು, ಸ್ಮೂಧಿಗಳು, ಶೇಕ್ಸ್, ಪ್ರೋಟೀನ್ ಮತ್ತು ಫೈಬರ್‌ನೊಂದಿಗೆ ಜೀರ್ಣಿಸಿಕೊಳ್ಳಲು ಸುಲಭ ಉಪಹಾರವಾಗಿರಬೇಕು ಮತ್ತು ನಿಮ್ಮ ದೇಹಕ್ಕೆ ದಿನದ ಇಂಧನವನ್ನು ಪೂರೈಸಬೇಕು.

6

ದೈಹಿಕವಾಗಿ ಸಕ್ರಿಯರಾಗಿರಿ

WHO (ವಿಶ್ವ ಆರೋಗ್ಯ ಸಂಸ್ಥೆ) ವ್ಯಾಖ್ಯಾನದ ಪ್ರಕಾರ, ದೈಹಿಕ ಚಟುವಟಿಕೆ ಶಕ್ತಿಯ ವೆಚ್ಚದ ಅಗತ್ಯವಿರುವ ಅಸ್ಥಿಪಂಜರದ ಸ್ನಾಯುಗಳಿಂದ ಉತ್ಪತ್ತಿಯಾಗುವ ಯಾವುದೇ ದೈಹಿಕ ಚಲನೆ ಎಂದು ವ್ಯಾಖ್ಯಾನಿಸಲಾಗಿದೆ. ಇದರರ್ಥ ಶಕ್ತಿಯನ್ನು ಬಳಸುವ ದೇಹದ ಚಲನೆ. "ದೈಹಿಕ ಚಟುವಟಿಕೆ" ಎಂದರೆ "ವ್ಯಾಯಾಮ" ಎಂದು ತಪ್ಪಾಗಿ ಭಾವಿಸಬಾರದು.

ನಮಗೆ ದೈಹಿಕ ಚಟುವಟಿಕೆ ಏಕೆ ಬೇಕು?

ದೈಹಿಕ ಚಟುವಟಿಕೆಯು ಒಬ್ಬರ ದೈಹಿಕ, ಭಾವನಾತ್ಮಕ ಮತ್ತು ಮಾನಸಿಕ ಆರೋಗ್ಯವನ್ನು ಸುಧಾರಿಸುವ ಮೂಲಭೂತ ಸಾಧನವಾಗಿದೆ. ಇದು ಅನೇಕ ಸಾಂಕ್ರಾಮಿಕವಲ್ಲದ ರೋಗಗಳ ಅಪಾಯಗಳನ್ನು ಕಡಿಮೆ ಮಾಡುತ್ತದೆ ಮತ್ತು ಸಾಮಾಜಿಕ ಸಂವಹನ ಮತ್ತು ಸಮುದಾಯದ ತೊಡಗಿಸಿಕೊಳ್ಳುವಿಕೆಯನ್ನು ಹೆಚ್ಚಿಸುವ ಮೂಲಕ ಸಮಾಜಕ್ಕೆ ಪ್ರಯೋಜನವನ್ನು ನೀಡುತ್ತದೆ. ಬಹು ಮುಖ್ಯವಾಗಿ, ನಿಯಮಿತ ಚಟುವಟಿಕೆಯು ನಿಮ್ಮ ಜೀವನದ ಗುಣಮಟ್ಟವನ್ನು ಸುಧಾರಿಸುತ್ತದೆ. ನಾವು ಒಂದೇ ಸ್ಥಳ ಮತ್ತು ಸ್ಥಾನಕ್ಕೆ ಅಂಟಿಕೊಂಡರೆ, ಎಲ್ಲಾ ಇತರ ಸ್ನಾಯುಗಳು ಮತ್ತು ಅಂಗಗಳಿಗೆ ಸಾಕಷ್ಟು ರಕ್ತ ಪರಿಚಲನೆಯ ಪರಿಣಾಮ ಬೀರುತ್ತದೆ ಏಕೆಂದರೆ ರಕ್ತವು ತುದಿಗಳಲ್ಲಿ ಅಂದರೆ ಕಾಲುಗಳು ಮತ್ತು ಕೈಗಳಲ್ಲಿ ಪ್ರಾಥಮಿಕವಾಗಿ ಸಂಗ್ರಹವಾಗುತ್ತದೆ. ನೀವು ದೈಹಿಕವಾಗಿ ಸಕ್ರಿಯರಾಗಿರುವಾಗ, ಸ್ನಾಯುವಿನ ಸಂಕೋಚನ ಮತ್ತು ವಿಶ್ರಾಂತಿಯು ನಿಮ್ಮ ದೇಹದ ಭಾಗಗಳಿಂದ

ಹೃದಯಕ್ಕೆ ರಕ್ತವನ್ನು ತಳ್ಳುತ್ತದೆ ಮತ್ತು ಹೃದಯದಿಂದ ನಿಮ್ಮ ದೇಹಕ್ಕೆ ಸುಲಭವಾಗಿ ಪಂಪ್ ಆಗುತ್ತದೆ.

ಜೀವನದಲ್ಲಿ ದೈಹಿಕ ಚಟುವಟಿಕೆಯನ್ನು ಹೇಗೆ ಸುಧಾರಿಸುವುದು?

ಆಟವಾಡುವುದು, ಕೆಲಸ ಮಾಡುವುದು, ಮನೆಕೆಲಸಗಳು ಮತ್ತು ಮನರಂಜನಾ ಚಟುವಟಿಕೆಗಳು ದೈಹಿಕ ಚಟುವಟಿಕೆಯ ವರ್ಗಕ್ಕೆ ಸೇರುತ್ತವೆ.

1. ನಿಮ್ಮ ಬಾಟಲಿಯನ್ನು ನೀವೇ ತುಂಬಿಸಿ - ನೀವು ಎದ್ದು ನಿಮ್ಮ ನೀರಿನ ಬಾಟಲಿಗಳನ್ನು ಕೆಲಸದಲ್ಲಿ ಅಥವಾ ಮನೆಯಲ್ಲಿ ಪುನಃ ತುಂಬಿಸಬಹುದು. ನಿಮ್ಮ ಆಸನದಿಂದ ದೂರದಲ್ಲಿರುವ ನೀರಿನ ಸ್ಥಳದಿಂದ ಬಾಟಲಿಯನ್ನು ತುಂಬಿರುವುದನ್ನು ಖಚಿತಪಡಿಸಿಕೊಳ್ಳಿ, ಆದ್ದರಿಂದ ನಿಮ್ಮ ದೈನಂದಿನ ಚಟುವಟಿಕೆಗೆ ಇನ್ನೂ ಕೆಲವು ಹೆಜ್ಜೆಗಳನ್ನು ಸೇರಿಸಲು ಸಾಧ್ಯವಾಗುತ್ತದೆ.

2. ತೋಟಗಾರಿಕೆ - ಸಸ್ಯಗಳಿಗೆ ನೀರುಣಿಸುವುದು, ಸತ್ತ ಎಲೆಗಳನ್ನು ತೆಗೆಯುವುದು, ಟ್ರಿಮ್ಮಿಂಗ್, ಇತ್ಯಾದಿ. ಇದು ದೈಹಿಕ ಚಟುವಟಿಕೆಗಳನ್ನು ಹೆಚ್ಚಿಸುವುದರೊಂದಿಗೆ ನೀವು ಪ್ರಕೃತಿಯೊಂದಿಗೆ ಸಂಪರ್ಕ ಹೊಂದಲು ಸಹಾಯ ಮಾಡುತ್ತದೆ. ಇದು ನಿಮ್ಮ ಆಮ್ಲಜನಕದ ಸೇವನೆಯನ್ನು ಪರೋಕ್ಷವಾಗಿ ಸುಧಾರಿಸುತ್ತದೆ. ಒಟ್ಟಾರೆಯಾಗಿ ನಿಮ್ಮ ಆರೋಗ್ಯವನ್ನು ಸುಧಾರಿಸುತ್ತದೆ.

3. ನಿಮ್ಮ ನೆಚ್ಚಿನ ಸಂಗೀತಕ್ಕೆ ಕುಟುಂಬದೊಂದಿಗೆ ನೃತ್ಯ ಮಾಡಿ. ನಿಮ್ಮ ದೈಹಿಕ ಚಟುವಟಿಕೆಯನ್ನು ಸುಧಾರಿಸುವುದರ ಜೊತೆಗೆ ನಿಮ್ಮ ಕುಟುಂಬದೊಂದಿಗೆ ಉತ್ತಮ ಬಾಂಧವ್ಯವನ್ನು ಬೆಳೆಸಲು ಇದು ನಿಮಗೆ ಸಹಾಯ ಮಾಡುತ್ತದೆ. ನಿಮ್ಮ ಸಂತೋಷವನ್ನು ಹೆಚ್ಚಿಸಲು ಸಹಾಯ ಮಾಡುತ್ತದೆ. ನಿಮ್ಮ ಕುಟುಂಬದ ಜೊತೆಗೆ ನಿಮ್ಮ ಒತ್ತಡವನ್ನು ನಿವಾರಿಸಲು ಆರೋಗ್ಯಕರ ಮಾರ್ಗವಾಗಿದೆ.

4. ಮಕ್ಕಳೊಂದಿಗೆ ಆಟವಾಡುವುದು - ನಿಮ್ಮನ್ನು ಸಂತೋಷವಾಗಿ ಮತ್ತು ಆರೋಗ್ಯಕರವಾಗಿ ಇರಿಸಿಕೊಳ್ಳಲು ಉತ್ತಮ ಮಾರ್ಗ. ನೀವು ಸಮಯದ ಟ್ರ್ಯಾಕ್ ಅನ್ನು ಸಹ ಕಳೆದುಕೊಳ್ಳುತ್ತೀರಿ. ಕೆಲಸ, ಟಿವಿ ಮತ್ತು ಸ್ಮಾರ್ಟ್‌ಫೋನ್‌ಗಳನ್ನು ಮೀರಿದ ಜೀವನವಿದೆ ಎಂದು ಮಕ್ಕಳಿಗೆ ಮಾದರಿಯಾಗಲು ಇದು ನಿಮಗೆ ಸಹಾಯ ಮಾಡುತ್ತದೆ.

5. ಸ್ಟ್ರೆಚಿಂಗ್ - ನಿಮ್ಮ ಕೆಲಸ ಮತ್ತು ಕುಳಿತಿರುವ ಸ್ಥಳದಿಂದ ಪ್ರತಿ 30 ನಿಮಿಷಗಳಿಗೊಮ್ಮೆ ವಿರಾಮ ತೆಗೆದುಕೊಳ್ಳಿ ಮತ್ತು ಬದಿಗೆ ಬಾಗುವುದು, ಮುಂದಕ್ಕೆ ಮತ್ತು ಹಿಂದಕ್ಕೆ ಬಾಗುವ ಸ್ಟ್ರೆಚಿಂಗ್ ಅನ್ನು ಕನಿಷ್ಠ 3 ಬಾರಿ ಮಾಡಿ. ಇದು ನಿಮ್ಮ ಗಟ್ಟಿಯಾದ ಸ್ನಾಯುಗಳನ್ನು ವಿಶ್ರಾಂತಿ ಮಾಡಲು ಸಹಾಯ

ಮಾಡುತ್ತದೆ ಮತ್ತು ರಕ್ತದ ಸರಿಯಾದ ಪರಿಚಲನೆಯನ್ನು ಹೇರಳವಾಗಿ ಸುಧಾರಿಸುತ್ತದೆ.

6. ನಿಮ್ಮ ಕೆಲಸವನ್ನು ನೀವೇ ಮಾಡಿ - ಮನೆಯಲ್ಲಿ ಅಥವಾ ಕಛೇರಿಯಲ್ಲಿರಲಿ, ದಯವಿಟ್ಟು ನಿಮ್ಮ ಕೆಲಸವನ್ನು ನೀವೇ ಮಾಡಲು ಆಯ್ಕೆ ಮಾಡಿ. ಅದು ನಿಮಗೆ ದೈಹಿಕವಾಗಿ ಸಕ್ರಿಯವಾಗಿರಲು ಸಹಾಯ ಮಾಡುತ್ತದೆ ಮತ್ತು ನಿಮ್ಮ ಆರೋಗ್ಯವನ್ನು ಸುಧಾರಿಸುತ್ತದೆ. ಉದಾಹರಣೆಗೆ, ನೀವು ಪಠ್ಯ ಸಂದೇಶವನ್ನು ಕಳುಹಿಸುವುದಕ್ಕಿಂತ ಹೆಚ್ಚಾಗಿ ನಿಮ್ಮ ಸಹೋದ್ಯೋಗಿಗಳೊಂದಿಗೆ ದೈಹಿಕವಾಗಿ ಸಂವಹನ ನಡೆಸಿದರೆ, ಅದು ನಿಮ್ಮ ಸಂವಹನ ಕೌಶಲ್ಯ ಮತ್ತು ಸಾಮಾಜಿಕ ವಲಯವನ್ನು ಸುಧಾರಿಸಲು ಸಹಾಯ ಮಾಡುತ್ತದೆ ಮತ್ತು ನಿಮ್ಮ ಸಹೋದ್ಯೋಗಿಗಳೊಂದಿಗೆ ನೀವು ಚೆನ್ನಾಗಿ ಬಾಂಧವ್ಯ ಹೊಂದಬಹುದು. ಪ್ರಸ್ತುತ ಸಾಮಾಜಿಕ ಮಾಧ್ಯಮದ ಪ್ರಮುಖ ಸಮಾಜದಲ್ಲಿ ಇದು ಹೆಚ್ಚು ಅಗತ್ಯವಿರುವ ಕೌಶಲ್ಯವಾಗಿದೆ. ಮನೆಯಲ್ಲಿ, ನೀವು ಇದನ್ನು ಒಗಟ್ಟಾಗಿ ಮಾಡಬಹುದು ಮತ್ತು ಕುಟುಂಬದಲ್ಲಿ ಪ್ರತಿಯೊಬ್ಬರ ಪ್ರತಿಭೆಯನ್ನು ಅನ್ವೇಷಿಸಲು ಮತ್ತು ಉತ್ತಮ ಬಾಂಧವ್ಯವನ್ನು ಬೆಳೆಸಲು ಸಹಾಯ ಮಾಡುತ್ತದೆ. ಬಟ್ಟೆಗಳನ್ನು ಮಡಚುವುದು, ತಮ್ಮ ವಸ್ತುಗಳನ್ನು ಜೋಡಿಸುವುದು, ತರಕಾರಿಗಳೊಂದಿಗೆ ಅಡುಗೆಮನೆಯಲ್ಲಿ ಸಹಾಯ ಮಾಡುವುದು ಮುಂತಾದ ವಯಸ್ಸಿಗೆ ಸೂಕ್ತವಾದ ಕೆಲಸಗಳಲ್ಲಿ ಮಕ್ಕಳು ತೊಡಗಿಸಿಕೊಳ್ಳಬಹುದು.

7. ಹತ್ತಿರದ ಮಾರಾಟಗಾರರಿಂದ ತರಕಾರಿ ಶಾಪಿಂಗ್ ಮತ್ತು ದಿನಸಿ ಶಾಪಿಂಗ್ ನಿಮ್ಮ ದೈಹಿಕ ಚಟುವಟಿಕೆಯನ್ನು ಸುಧಾರಿಸಲು ಉತ್ತಮ ಮಾರ್ಗವಾಗಿದೆ. ನೀವು ಇದನ್ನು ಕುಟುಂಬವಾಗಿ ಒಟ್ಟಾಗಿ ಮಾಡಬಹುದು. ಅದು ನಿಮಗೆ ಪರಸ್ಪರರ ಆಯ್ಕೆಗಳನ್ನು ತಿಳಿಯಲು ಸಹಾಯ ಮಾಡುತ್ತದೆ.

ದೈಹಿಕವಾಗಿ ಕ್ರಿಯಾಶೀಲರಾಗಿರುವುದರಿಂದ ನಾನು ಏನು ಪಡೆಯುತ್ತೇನೆ?

1. ನೀವು ಆರೋಗ್ಯಕರ ಮತ್ತು ಸಂತೋಷವಾಗಿರುತ್ತೀರಿ.

2. ಬಲವಾದ ಮೂಳೆಗಳು, ಸ್ನಾಯುಗಳು, ಮತ್ತು ಕೀಲುಗಳು ಹೊಂದುತ್ತೀರಿ.

3. ನಿಮ್ಮ ದೇಹ ತೂಕವನ್ನು ನೀವು ಉತ್ತಮವಾಗಿ ನಿರ್ವಹಿಸಬಹುದು.

4. ಸಂಶೋಧನೆಯ ಪ್ರಕಾರ ನಿಮ್ಮ ಹೃದಯಾಘಾತ, ಅಧಿಕ ರಕ್ತದೊತ್ತಡ, ಟೈಪ್ 2 ಮಧುಮೇಹ, ಮತ್ತು ಕೆಲವು ಕ್ಯಾನ್ಸರ್‌ಗಳ ಅಪಾಯವನ್ನು ಕಡಿಮೆ ಮಾಡಿಕೊಳ್ಳಬಹುದು.

5. ರಕ್ತದ ಕೊಲೆಸ್ಟ್ರಾಲ್ ಮಟ್ಟವನ್ನು ಕಡಿಮೆ ಮಾಡುತ್ತದೆ.

ದಿನಕ್ಕೆ 1-ಗಂಟೆಯ ತಾಲೀಮು ಮಾಡುವುದು ದಿನವಿಡೀ ಸಕ್ರಿಯವಾಗಿಲ್ಲದಿರಲು ಕಾರಣವಲ್ಲ. ದಿನವಿಡೀ ಚಟುವಟಿಕೆಯಿಂದ ಇರಲು ನಾನು ದಿನಕ್ಕೆ 10000 ಹೆಜ್ಜೆಗಳನ್ನು ನಡೆಯುವ ಗುರಿಯನ್ನು ಹೊಂದಿದ್ದೇನೆ.

WHO ವಿಶ್ವಾದ್ಯಂತ ಅಂಕಿಅಂಶಗಳು ತೋರಿಸುತ್ತವೆ ದೈಹಿಕ ನಿಷ್ಕ್ರಿಯತೆಯು ಸುಮಾರು 21-25% ಸ್ತನ ಮತ್ತು ಕರುಳಿನ ಕ್ಯಾನ್ಸರ್, 27% ಮಧುಮೇಹ ಮತ್ತು ಸರಿಸುಮಾರು 30% ರಕ್ತಕೊರತೆಯ ಹೃದ್ರೋಗಕ್ಕೆ ಪ್ರಾಥಮಿಕ ಕಾರಣವಾಗಿದೆ ಎಂದು ಅಂದಾಜಿಸಲಾಗಿದೆ.

ಮೇಲೆ ಚರ್ಚಿಸಿದ ಎಲ್ಲಾ ಪ್ರಯೋಜನಗಳನ್ನು ಸಾಧಿಸಲು ಸತತವಾಗಿ ದೈಹಿಕವಾಗಿ ಸಕ್ರಿಯವಾಗಿರಲು ನಿಮಗೆ ನೀವೇ ಭರವಸೆ ನೀಡಿ.

7

ಒತ್ತಡ ನಿರ್ವಹಣೆ

ಪ್ರತಿಯೊಬ್ಬರೂ ಜೀವನದಲ್ಲಿ ಒತ್ತಡವನ್ನು ಅನುಭವಿಸುತ್ತಾರೆ ಮತ್ತು ಒತ್ತಡವನ್ನು ನಿಭಾಯಿಸಲು ಕಲಿಯುವುದು ಒಂದೇ ಮಾರ್ಗವಾಗಿದೆ. ಒತ್ತಡವು ಪರಿಸ್ಥಿತಿ ಅಥವಾ ಜೀವನದ ಘಟನೆಯಿಂದ ಒತ್ತಡಕ್ಕೆ ನಮ್ಮ ದೇಹದ ಪ್ರತಿಕ್ರಿಯೆಯಾಗಿದೆ. ಅನೇಕ ವಿಷಯಗಳು ಒತ್ತಡಕ್ಕೆ ಕಾರಣವಾಗಬಹುದು. ಪ್ರೀತಿಪಾತ್ರರ ಸಾವು, ಪ್ರತ್ಯೇಕತೆ, ಕೆಲಸ ಕಳೆದುಕೊಳ್ಳುವುದು ಅಥವಾ ಅನಿರೀಕ್ಷಿತ ಹಣದ ಸಮಸ್ಯೆಗಳು. ಆದರೆ ಜೀವನದ ಎಲ್ಲಾ ಘಟನೆಗಳು ನಕಾರಾತ್ಮಕವಾಗಿರುವುದಿಲ್ಲ ಮತ್ತು ಸಕಾರಾತ್ಮಕ ಜೀವನ ಬದಲಾವಣೆಗಳು ಸಹ ದೊಡ್ಡ ಮನೆಗೆ ಹೋಗುವುದು, ಉದ್ಯೋಗ ಬಡ್ತಿ ಪಡೆಯುವುದು ಅಥವಾ ರಜೆಗೆ ಹೋಗುವುದು ಒತ್ತಡದ ಮೂಲಗಳಾಗಿರಬಹುದು. ನಾವು ಒತ್ತಡವನ್ನು ಎದುರಿಸಿದಾಗ, ನಮ್ಮ ದೇಹವು ಒತ್ತಡದ ಹಾರ್ಮೋನ್‌ಗಳನ್ನು ಉತ್ಪಾದಿಸಲು ಉತ್ತೇಜಿಸುತ್ತದೆ ಅದು "ಓಟ ಅಥವಾ ಹೋರಾಟದ" ಪ್ರತಿಕ್ರಿಯೆಯನ್ನು ಪ್ರಚೋದಿಸುತ್ತದೆ ಮತ್ತು ನಮ್ಮ ಪ್ರತಿರಕ್ಷಣಾ ವ್ಯವಸ್ಥೆಯನ್ನು ಸಕ್ರಿಯಗೊಳಿಸುತ್ತದೆ. ಅಪಾಯಕಾರಿ ಸಂದರ್ಭಗಳಿಗೆ ತ್ವರಿತವಾಗಿ ಪ್ರತಿಕ್ರಿಯಿಸಲು ಇದು ನಮಗೆ ಸಹಾಯ ಮಾಡುತ್ತದೆ. ಈ ಅಗಾಧವಾದ ಒತ್ತಡವನ್ನು ದೀರ್ಘಕಾಲದವರೆಗೆ ಅನುಭವಿಸುವುದು ಸಾಮಾನ್ಯವಾಗಿ ದೀರ್ಘಕಾಲದ ಅಥವಾ ದೀರ್ಘಕಾಲದ ಒತ್ತಡ ಎಂದು ಕರೆಯಲಾಗುತ್ತದೆ ಮತ್ತು ಇದು ವ್ಯಕ್ತಿಯ ದೈಹಿಕ ಮತ್ತು ಮಾನಸಿಕ ಆರೋಗ್ಯದ ಮೇಲೆ ಪರಿಣಾಮ ಬೀರುತ್ತದೆ.

ಒತ್ತಡಕ್ಕೆ ಸಂಬಂಧಿಸಿದ ಬದಲಾವಣೆಗಳು ಹೀಗಿರುತ್ತವೆ.

ಭಾವನಾತ್ಮಕ ಬದಲಾವಣೆಗಳು

ನೀವು ಒತ್ತಡಕ್ಕೊಳಗಾದಾಗ ನೀವು ವಿವಿಧ ಭಾವನೆಗಳನ್ನು ಅನುಭವಿಸಬಹುದು, ಆತಂಕ, ಭಯ, ಕೋಪ, ದುಃಖ, ಅಥವಾ ಹತಾಶೆ. ಈ ಭಾವನೆಗಳು ಕೆಲವೊಮ್ಮೆ ಒಂದಕ್ಕೊಂದು ಆಹಾರವನ್ನು ನೀಡಬಹುದು ಮತ್ತು ದೈಹಿಕ ಲಕ್ಷಣಗಳನ್ನು ಉಂಟುಮಾಡಬಹುದು, ಇದರಿಂದಾಗಿ ನೀವು ಇನ್ನಷ್ಟು ಕೆಟ್ಟದಾಗಿ ಭಾವಿಸುತ್ತೀರಿ. ಕೆಲವು ಜನರಿಗೆ, ಒತ್ತಡದ ಜೀವನ ಘಟನೆಗಳು ಖಿನ್ನತೆಯ ಲಕ್ಷಣಗಳಿಗೆ ಕಾರಣವಾಗಬಹುದು. ಕೆಲಸ-ಸಂಬಂಧಿತ ಒತ್ತಡವು ಮಾನಸಿಕ ಆರೋಗ್ಯದ ಮೇಲೆ ನಕಾರಾತ್ಮಕ ಪರಿಣಾಮಗಳನ್ನು ಬೀರುತ್ತದೆ.

ವರ್ತನೆಯ ಬದಲಾವಣೆಗಳು

ನೀವು ಒತ್ತಡದಲ್ಲಿದ್ದಾಗ ನೀವು ವಿಭಿನ್ನವಾಗಿ ವರ್ತಿಸಬಹುದು. ಉದಾಹರಣೆಗೆ, ನೀವು ಕುಗ್ಗಬಹುದು, ನಿರ್ಧಾಕ್ಷಿಣ್ಯ, ಅಥವಾ ಹೊಂದಿಕೊಳ್ಳುವುದಿಲ್ಲ. ನಿಮಗೆ ಸರಿಯಾಗಿ ನಿದ್ದೆ ಮಾಡಲು ಸಾಧ್ಯವಾಗದೇ ಇರಬಹುದು. ನೀವು ಕೆರಳಿಸಬಹುದು ಅಥವಾ ಕಣ್ಣೀರು ಹಾಕಬಹುದು. ನಿಮ್ಮ ಲೈಂಗಿಕ ಅಭ್ಯಾಸಗಳಲ್ಲಿ ಬದಲಾವಣೆಯಾಗಬಹುದು. ಕೆಲವು ಜನರು ಧೂಮಪಾನ, ಹೆಚ್ಚು ಆಲ್ಕೋಹಾಲ್ ಸೇವಿಸುವುದು ಅಥವಾ ಮಾದಕ ದ್ರವ್ಯಗಳನ್ನು ಸೇವಿಸಬಹುದು. ಒತ್ತಡವು ನಿಮ್ಮಲ್ಲಿ ಸಾಮಾನ್ಯಕ್ಕಿಂತ ಕೋಪ ಅಥವಾ ಹೆಚ್ಚು ಆಕ್ರಮಣಕಾರಿ ಭಾವನೆಯನ್ನು ಉಂಟುಮಾಡಬಹುದು. ನೀವು ನಿಕಟ ಕುಟುಂಬ ಮತ್ತು ಸ್ನೇಹಿತರೊಂದಿಗೆ ಸಂವಹನ ನಡೆಸುವ ವಿಧಾನದ ಮೇಲೆ ಒತ್ತಡವು ಪರಿಣಾಮ ಬೀರಬಹುದು.

ದೈಹಿಕ ಬದಲಾವಣೆಗಳು

ಒತ್ತಡಕ್ಕೊಳಗಾದಾಗ, ಕೆಲವರು ತಲೆನೋವು, ವಾಕರಿಕೆ ಮತ್ತು ಅಜೀರ್ಣವನ್ನು ಅನುಭವಿಸಲು ಪ್ರಾರಂಭಿಸುತ್ತಾರೆ. ಕೆಲವರು ಹೆಚ್ಚು ವೇಗವಾಗಿ ಉಸಿರಾಡಬಹುದು, ಹೆಚ್ಚು ಬೆವರಬಹುದು, ಬಡಿತವನ್ನು ಹೊಂದಿರಬಹುದು ಅಥವಾ ವಿವಿಧ ನೋವುಗಳಿಂದ ಬಳಲುತ್ತಿರಬಹುದು. ನೀವು ದೀರ್ಘಕಾಲದವರೆಗೆ ಒತ್ತಡವನ್ನು ಪದೇ ಪದೇ ಅನುಭವಿಸಿದರೆ, ನಿಮ್ಮ ನಿದ್ರೆ ಮತ್ತು ಸ್ಮರಣೆಯು ಪರಿಣಾಮ ಬೀರುವುದನ್ನು ನೀವು ಗಮನಿಸಬಹುದು, ಆಹಾರ ಪದ್ಧತಿ ಬದಲಾಗಬಹುದು ಅಥವಾ ವ್ಯಾಯಾಮ ಮಾಡಲು ನೀವು ಕಡಿಮೆ ಒಲವನ್ನು ತೋರಿಸಬಹುದು. ಕೆಲವು ಸಂಶೋಧನೆಗಳು ಜಠರ ಕರುಳಿನ ಪರಿಸ್ಥಿತಿಗಳಿಗೆ ದೀರ್ಘಾವಧಿಯ ಒತ್ತಡವನ್ನು ಸಹ ಜೋಡಿಸಿವೆ. ಕೆರಳಿಸುವ ಕರುಳಿನ ಸಹಲಕ್ಷಣಗಳು (IBS), ಅಥವಾ ಹೊಟ್ಟೆಯ ಹುಣ್ಣುಗಳು ಮತ್ತು ಹೃದಯರಕ್ತನಾಳದ ಕಾಯಿಲೆಯಂತಹ ಪರಿಸ್ಥಿತಿಗಳು ಇದಕ್ಕೆ ಪೂರಕವಾಗಿವೆ.

ಮೇಲೆ ವಿವರಿಸಿದ ಕೆಲವು ಭಾವನೆಗಳನ್ನು ನಾವೆಲ್ಲರೂ ಬಹುಶಃ ಗುರುತಿಸಬಹುದು ಮತ್ತು ಒಂದು ಅಥವಾ ಇನ್ನೊಂದು ಸಮಯದಲ್ಲಿ ಒತ್ತಡ ಮತ್ತು ಅತಿಯಾದ ಒತ್ತಡವನ್ನು ಅನುಭವಿಸಿರಬಹುದು. ಕೆಲವು ಜನರು ಇತರರಿಗಿಂತ ಒತ್ತಡದಿಂದ ಹೆಚ್ಚು ಪ್ರಭಾವಿತರಾಗಿದ್ದಾರೆಂದು ತೋರುತ್ತದೆ. ಕೆಲವರಿಗೆ ಪ್ರತಿ ದಿನ ಬೆಳಗ್ಗೆ ಸಮಯಕ್ಕೆ ಸರಿಯಾಗಿ ಕೆಲಸಕ್ಕೆ ಹೊರಡುವುದು ತುಂಬಾ ಒತ್ತಡದ ಅನುಭವವಾಗಿರುತ್ತದೆ ಆದರೆ ಇತರರು ಹೆಚ್ಚಿನ ಒತ್ತಡವನ್ನು ಸರಾಗವಾಗಿ ನಿಭಾಯಿಸಲು ಸಾಧ್ಯವಾಗುತ್ತದೆ.

ಒತ್ತಡ ನಿರ್ವಹಣೆಗೆ ಸರಳವಾದ 8 ರಹಸ್ಯಗಳಿವೆ.

1. ಅದು ಯಾವಾಗ ಸಮಸ್ಯೆಯನ್ನು ಉಂಟುಮಾಡುತ್ತದೆ ಎಂಬುದನ್ನು ಅರಿತುಕೊಳ್ಳಿ ಮತ್ತು ಕಾರಣಗಳನ್ನು ಗುರುತಿಸಿ. ಒತ್ತಡವನ್ನು ನಿಭಾಯಿಸುವಲ್ಲಿ ಪ್ರಮುಖ ಹೆಜ್ಜೆ ಇದು ನಿಮಗೆ ಯಾವಾಗ ಸಮಸ್ಯೆಯಾಗಿದೆ ಎಂಬುದನ್ನು ಅರಿತುಕೊಳ್ಳುವುದು ಮತ್ತು ನೀವು ಅನುಭವಿಸುತ್ತಿರುವ ದೈಹಿಕ ಮತ್ತು ಭಾವನಾತ್ಮಕ ಚಿಹ್ನೆಗಳು ಮತ್ತು ನೀವು ಎದುರಿಸುತ್ತಿರುವ ಒತ್ತಡಗಳ ನಡುವಿನ ಸಂಪರ್ಕವನ್ನು ಮಾಡುವುದು. ದೈಹಿಕ ಎಚ್ಚರಿಕೆ ಚಿಹ್ನೆಗಳಾದ ಉದ್ವಿಗ್ನ ಸ್ನಾಯುಗಳು, ಅತಿಯಾದ ದಣಿದ ಭಾವನೆ, ಮತ್ತು ತಲೆನೋವು ಅಥವಾ ಮೈಗ್ರೇನ್‌ಗಳನ್ನು ನಿರ್ಲಕ್ಷಿಸದಿರುವುದು ಮುಖ್ಯ. ನೀವು ಒತ್ತಡವನ್ನು ಅನುಭವಿಸುತ್ತಿರುವಿರಿ ಎಂದು ನೀವು ಗುರುತಿಸಿದ ನಂತರ, ಆಧಾರವಾಗಿರುವ ಕಾರಣಗಳನ್ನು ಗುರುತಿಸಲು ಪ್ರಯತ್ನಿಸಿ. ನಿಮ್ಮ ಒತ್ತಡಕ್ಕೆ ಸಂಭವನೀಯ ಕಾರಣಗಳನ್ನು ಪ್ರಾಯೋಗಿಕ ಪರಿಹಾರದೊಂದಿಗೆ ವಿಂಗಡಿಸಿ, ಸಮಯ ಕೊಟ್ಟರೆ ಹೇಗಾದರೂ ಉತ್ತಮಗೊಳ್ಳುವವುಗಳು ಮತ್ತು ನೀವು ಏನನ್ನೂ ಮಾಡಲು ಸಾಧ್ಯವಿಲ್ಲ. ನೀವು ಸುಧಾರಿಸಬಹುದಾದ ವಿಷಯಗಳ ಕಡೆಗೆ ಸಣ್ಣ ಹೆಜ್ಜೆಗಳನ್ನು ತೆಗೆದುಕೊಳ್ಳುವ ಮೂಲಕ ನಿಯಂತ್ರಣವನ್ನು ತೆಗೆದುಕೊಳ್ಳಿ. ನೀವು ಮಾಡಬಹುದಾದ ವಿಷಯಗಳನ್ನು ಪರಿಹರಿಸಲು ಯೋಜನೆಯನ್ನು ಕುರಿತು ಯೋಚಿಸಿ. ಇದು ವಾಸ್ತವಿಕ ನಿರೀಕ್ಷೆಗಳನ್ನು ಹೊಂದಿಸುವುದು ಮತ್ತು ಅಗತ್ಯ ಬದ್ಧತೆಗಳಿಗೆ ಆದ್ಯತೆ ನೀಡುವುದನ್ನು ಒಳಗೊಂಡಿರಬಹುದು. ನೀವು ಅತಿಯಾಗಿ ಭಾವಿಸಿದರೆ, ನೀವು ಮಾಡಬೇಕಾದ ಕಾರ್ಯಗಳಿಗೆ ಸಹಾಯ ಮಾಡಲು ಜನರನ್ನು ಕೇಳಿ ಮತ್ತು ನೀವು ತೆಗೆದುಕೊಳ್ಳಲಾಗದ ವಿಷಯಗಳಿಗೆ ಇಲ್ಲ ಎಂದು ಹೇಳಿ.

2. ಅರ್ಥಪೂರ್ಣ ಸಂಬಂಧಗಳನ್ನು ನಿರ್ಮಿಸಿ - ಸಂತೋಷವನ್ನು ಹರಡಿ. ನಾವು ಇತರರೊಂದಿಗೆ ಸಂವಹನ ನಡೆಸಲು ಮತ್ತು ಸಂಪರ್ಕಿಸಲು

ಮಾಡಲ್ಪಟ್ಟಿದ್ದೇವೆ. ಅರ್ಥಪೂರ್ಣ ಸಂಬಂಧಗಳಿಲ್ಲದೆ, ನಾವು ಒಂಟಿಯಾಗಿದ್ದೇವೆ ಮತ್ತು ಪ್ರತ್ಯೇಕವಾಗಿರುತ್ತೇವೆ. ನಾವು ಇತರರೊಂದಿಗೆ ಸಂತೋಷವನ್ನು ಅನುಸರಿಸಿದಾಗ ನಾವು ಸಂತೋಷವಾಗಿರುತ್ತೇವೆ. ಸಂಬಂಧಿಸಲು ಸರಿಯಾದ ಜನರನ್ನು ಹುಡುಕಿ. ಮನಸ್ಥಿತಿಗಳು ಸಾಂಕ್ರಾಮಿಕವಾಗಿರುವುದರಿಂದ ಮತ್ತು ಭಾವನೆಗಳು ಒಬ್ಬರಿಂದ ಒಬ್ಬರಿಗೆ ವರ್ಗಾವಣೆಯಾಗುವುದರಿಂದ ಸಂತೋಷದಿಂದ ಇರುವ ಜನರೊಂದಿಗೆ ಬೆರೆಯಿರಿ.

3. ಅಪೂರ್ಣತೆಗಳನ್ನು ಸ್ವೀಕರಿಸಿ ಮತ್ತು ನೀವಾಗಿರಿ!!

ನಮ್ಮಲ್ಲಿ ಹೆಚ್ಚಿನವರು ಪರಿಪೂರ್ಣತೆಗಾಗಿ ಶ್ರಮಿಸುತ್ತೇವೆ. ನಾವು ಅತ್ಯುತ್ತಮವಾಗಲು ನಮ್ಮನ್ನು ತಳ್ಳಲು ಬಯಸುತ್ತೇವೆ. ಆದರೆ ನಿಜವಾಗಿಯೂ ಸಂತೋಷವಾಗಿರಲು, ನೀವು ಜೀವನದ ಭಾಗವಾಗಿರುವ ಅಪರಿಪೂರ್ಣತೆಯನ್ನು ಅಳವಡಿಸಿಕೊಳ್ಳಬೇಕು. ಪರಿಪೂರ್ಣತೆ ಅಸಾಧ್ಯ, ಮತ್ತು ಈ ಮಾನದಂಡಗಳಿಗೆ ನಮ್ಮನ್ನು ಮತ್ತು ಇತರರನ್ನು ಹಿಡಿದಿಟ್ಟುಕೊಳ್ಳುವುದು ನಿಷ್ಪ್ರಯೋಜಕವಾಗಿದೆ. ನಾವು ಯಾವಾಗಲೂ ನಿರಾಸೆ ಅನುಭವಿಸುತ್ತೇವೆ. ಜೀವನವು ಅಪೂರ್ಣವಾಗಿದೆ ಎಂದು ಒಪ್ಪಿಕೊಳ್ಳಿ ಮತ್ತು ಆ ಅಪೂರ್ಣತೆಯಲ್ಲಿ ಸೌಂದರ್ಯ ಮತ್ತು ಅನುಗ್ರಹವಿದೆ ಎಂದು ಗುರುತಿಸಿ. ನಿಮ್ಮ ಸುತ್ತಲಿರುವ ಎಲ್ಲರಿಗೂ ನಿಮ್ಮನ್ನು ಹೋಲಿಸುವುದನ್ನು ನಿಲ್ಲಿಸಿ. ಸೋಶಿಯಲ್ ಮೀಡಿಯಾವು ನಮಗಿಂತ ಬೇರೆಯವರು ಅದನ್ನು ಚೆನ್ನಾಗಿ ಹೊಂದಿದ್ದಾರೆ ಎಂಬ ಭಾವನೆಯನ್ನು ಉಂಟುಮಾಡುವ ಮಾರ್ಗವನ್ನು ಹೊಂದಿದೆ. ನಿಮ್ಮ ನ್ಯೂಸ್ ಫೀಡ್ ಅನ್ನು ಎಷ್ಟು ಬಾರಿ ಸ್ಕ್ರೋಲ್ ಮಾಡುವುದು ನಿಮಗೆ ನಕಾರಾತ್ಮಕ ಭಾವನೆಗಳನ್ನು ಉಂಟುಮಾಡುತ್ತದೆ. ಅಸೂಯೆ ಮತ್ತು ಅಸಮಾಧಾನವು ಬೇರೂರಲು ಬಿಡುವುದು ಮತ್ತು ನಮ್ಮಲ್ಲಿರುವದನ್ನು ಶ್ಲಾಘಿಸುವುದನ್ನು ಕಸಿದುಕೊಳ್ಳುತ್ತದೆ.

4. ಧ್ಯಾನವನ್ನು ಪ್ರಯತ್ನಿಸಿ. ಧ್ಯಾನವು ಪ್ರಪಂಚದಿಂದ ಸಂಪರ್ಕ ಕಡಿತಗೊಳಿಸಲು ಮತ್ತು ಆಂತರಿಕ ಶಾಂತತೆಯ ಮಟ್ಟವನ್ನು ಕಂಡುಹಿಡಿಯಲು ನಿಮಗೆ ಅನುಮತಿಸುತ್ತದೆ. ಇದು ಒತ್ತಡದಲ್ಲಿ ಅದ್ಭುತಗಳನ್ನು ಮಾಡುತ್ತದೆ. ಧ್ಯಾನವು ನಿಮ್ಮೊಂದಿಗೆ ನೀವು ಸಮಯವನ್ನು ಕಳೆಯಲು ಅವಕಾಶ ನೀಡುತ್ತದೆ.

5. ಯೋಗವನ್ನು ಅಭ್ಯಾಸ ಮಾಡಿ. ಯೋಗವು ಚಲಿಸುವ ಧ್ಯಾನದ ಒಂದು ರೂಪವಾಗಿದೆ. ಇದು ನಿಮ್ಮ ಮನಸ್ಸು-ದೇಹದ ಸಂಪರ್ಕವನ್ನು ಸುಧಾರಿಸುತ್ತದೆ ಮತ್ತು ಹೆಚ್ಚಿನ ಪ್ರಮಾಣದ ಒತ್ತಡ ಮತ್ತು ಒತ್ತಡವನ್ನು ಹಿಡಿದಿಟ್ಟುಕೊಳ್ಳುವ ನಿಮ್ಮ ಸ್ನಾಯುಗಳನ್ನು ವಿಸ್ತರಿಸುತ್ತದೆ. ಇದು ನಿಮಗೆ ಚೆನ್ನಾಗಿ ನಿದ್ದೆ ಮಾಡಲು ಸಹ ಸಹಾಯ ಮಾಡುತ್ತದೆ.

6. ಜರ್ನಲಿಂಗ್ ಪ್ರಾರಂಭಿಸಿ. ನಿಮ್ಮ ಸುತ್ತಲಿರುವವರಿಂದ ನಿರ್ಣಯಿಸಲ್ಪಡುವ ಭಯವಿಲ್ಲದೆ ನಿಮ್ಮ ಆಲೋಚನೆಗಳನ್ನು ಮತ್ತು ಪುಟಕ್ಕೆ ತನ್ನಿ. ಬರವಣಿಗೆ ಪ್ರಾರಂಭಿಸಿ!

7. ಓಟವನ್ನು ತೆಗೆದುಕೊಳ್ಳಿ. ಓಟವು ಒತ್ತಡವನ್ನು ನಿವಾರಿಸಲು ಒಂದು ಅದ್ಭುತವಾದ ಮಾರ್ಗವಾಗಿದೆ ಏಕೆಂದರೆ ಇದು ನಮ್ಮ ದೇಹದಲ್ಲಿ ಸಂಗ್ರಹವಾಗುವ ಎಲ್ಲಾ ಒತ್ತಡದ ಹಾರ್ಮೋನ್‌ಗಳಿಗೆ ಒಂದು ಔಟ್ ಲೆಟ್ ಅನ್ನು ನೀಡುತ್ತದೆ. ನೀವು ಓಡುತ್ತಿರುವಾಗ, ನೀವು ತಾಜಾ ಗಾಳಿಯಲ್ಲಿ ಹೊರಬರುತ್ತೀರಿ ಮತ್ತು ಯೋಚಿಸಲು ಮತ್ತು ಪ್ರತಿಬಿಂಬಿಸಲು ಸಾಕಷ್ಟು ಸಮಯವನ್ನು ಹೊಂದಿರುತ್ತೀರಿ.

8. ಹೊಸ ಸೃಜನಶೀಲ ಹವ್ಯಾಸವನ್ನು ಆನಂದಿಸಿ ಅಥವಾ ಹಳೆಯ ಹವ್ಯಾಸಗಳನ್ನು ಪ್ರಾರಂಭಿಸಿ. ಸೃಜನಶೀಲತೆಯನ್ನು ಪಡೆಯುವಷ್ಟು ಚಿಕಿತ್ಸೆ ಬೇರೊಂದಿಲ್ಲ. ಆದ್ದರಿಂದ, ಮತ್ತೆ ಬರೆಯುವ ಅಭ್ಯಾಸವನ್ನು ಪ್ರಾರಂಭಿಸಿ, ತೋಟಗಾರಿಕೆ, ಚಿತ್ರಕಲೆ, ಅಥವಾ ಶಿಲ್ಪಕಲೆಗಳನ್ನು ತೆಗೆದುಕೊಳ್ಳಿ, ಅಥವಾ ಆ ಸಂಗೀತ ಉಪಕರಣವನ್ನು ತೆಗೆದು ಸಂಗೀತದಲ್ಲಿ ನಿಮ್ಮನ್ನು ನೀವು ಮುಳಗಿಸಿಕೊಳ್ಳಿ.

8

ಸ್ವ-ಪ್ರೀತಿ (Self-Love)

ಈ ವಿಷಯವು ನನ್ನ ಹೃದಯಕ್ಕೆ ತುಂಬಾ ಹತ್ತಿರವಾಗಿದೆ ಏಕೆಂದರೆ ಇದು ಕಡಿಮೆ ಚರ್ಚಿಸಲ್ಪಡುತ್ತದೆ.

ನೀವು ಇಲ್ಲ ಎಂದಾಗ ಹೌದು ಎಂದು ಹೇಳುತ್ತೀರಾ?

ನಿಮ್ಮ ಭರವಸೆಗಳನ್ನು ನೀವು ಮುರಿಯುತ್ತೀರಾ ಅಥವಾ ಬೇರೆಯವರಿಗೆ ಸಹಾಯ ಮಾಡಲು ನಿಮ್ಮ ಸ್ವಯಂ ಕಾಳಜಿಯನ್ನು ನಿರ್ಲಕ್ಷಿಸುತ್ತೀರಾ?

ನಿಮ್ಮನ್ನು ಮೊದಲು ಇಡುವುದು ಕಷ್ಟವೇ?

ಹಾಗಿದ್ದಲ್ಲಿ, ಇದು ಅತ್ಯಂತ ಮುಖ್ಯವಾದ ಉಡುಗೊರೆಯನ್ನು ನೀಡುವ ಸಮಯವಾಗಿದೆ: ಸ್ವಯಂ ಪ್ರೀತಿ

ನಿಮ್ಮ ಜೀವನದಲ್ಲಿ ಎಲ್ಲದಕ್ಕೂ ಸ್ವಯಂ ಪ್ರೀತಿಯೇ ಅಡಿಪಾಯ. ಸ್ವಯಂ ಪ್ರೀತಿಯು ನಿಮ್ಮಿಂದ ಯಾರೂ ತೆಗೆದುಕೊಳ್ಳಲಾಗದ ವೈಯಕ್ತಿಕ ಶಕ್ತಿಯಾಗಿದೆ. ಸ್ವ-ಪ್ರೀತಿಯು ನಮಗೆ ದುರ್ಬಲವಾಗಿರಲು ಮತ್ತು ಸಹಾಯ ಕೇಳಲು ಹೆದರುವುದಿಲ್ಲ.

ಸ್ವ-ಪ್ರೀತಿ ಎಂದರೆ ನಿಮ್ಮ ಯೋಗಕ್ಷೇಮ ಮತ್ತು ಸಂತೋಷದ ಬಗ್ಗೆ ಹೆಚ್ಚಿನ ಗೌರವವನ್ನು ಹೊಂದಿರುವುದು. ಸ್ವಯಂ ಪ್ರೀತಿ ಎಂದರೆ ನಿಮ್ಮ ಸ್ವಂತ ಅಗತ್ಯಗಳನ್ನು ನೋಡಿಕೊಳ್ಳುವುದು ಮತ್ತು ಇತರರನ್ನು ಮೆಚ್ಚಿಸಲು ನಿಮ್ಮ ಯೋಗಕ್ಷೇಮವನ್ನು ತ್ಯಾಗ ಮಾಡಬಾರದು. ಸ್ವ-ಪ್ರೀತಿ ಎಂದರೆ ನೀವು ಅರ್ಹವಾಗಿರುವುದಕ್ಕಿಂತ ಕಡಿಮೆ ಇತ್ಯರ್ಥವಾಗುವುದಿಲ್ಲ.

ಸ್ವಯಂ ಪ್ರೀತಿ ಎಂದರೆ ನಾವು ಅಪರಿಪೂರ್ಣರು ಎಂದು ತಿಳಿದುಕೊಳ್ಳುವ ಸಾಮರ್ಥ್ಯಗಳು ಆದರೂ ನಾವೆಲ್ಲರೂ ಕೆಲಸಗಳು ಪ್ರಗತಿಯಲ್ಲಿವೆ. ನಾವು

ಪರಿಪೂರ್ಣರಾಗಲು ಉದ್ದೇಶಿಸಿಲ್ಲ. ನಾವು ಮನುಷ್ಯರು. ನೀವು ಇನ್ನೊಬ್ಬರನ್ನು ಪ್ರೀತಿಸುವ ಮೊದಲು, ನೀವು ಮೊದಲು ನಿಮ್ಮನ್ನು ಪ್ರೀತಿಸಲು ಶಕ್ತರಾಗಿರಬೇಕು.

ನಿಮ್ಮನ್ನು ಪ್ರೀತಿಸುವುದು ಎಂದರೆ ನೀವು ಬುದ್ಧಿವಂತರು, ವಿಶ್ವದ ಅತ್ಯಂತ ಪ್ರತಿಭಾವಂತ, ಮತ್ತು ಅತ್ಯಂತ ಸುಂದರ ವ್ಯಕ್ತಿ ಎಂದು ನೀವು ಭಾವಿಸುತ್ತೀರಿ ಎಂದಲ್ಲ. ಬದಲಾಗಿ, ನೀವು ನಿಮ್ಮನ್ನು ಪ್ರೀತಿಸಿದಾಗ ನಿಮ್ಮ ದೌರ್ಬಲ್ಯಗಳೆಂದು ಕರೆಯಲ್ಪಡುವುದನ್ನು   ಒಪ್ಪಿಕೊಳ್ಳುತ್ತೀರಿ;   ಈ   ನ್ಯೂನತೆಗಳೆಂದು ಕರೆಯಲ್ಪಡುವುದನ್ನು ಪ್ರಶಂಸಿಸಿ, ಅದು ನಿಮ್ಮನ್ನು ಮಾಡುತ್ತದೆ ಎಂದು ಒಪ್ಪಿ ಪ್ರೀತಿಸುತ್ತೀರಿ. ನೀವು ನಿಮ್ಮನ್ನು ಪ್ರೀತಿಸಿದಾಗ, ನಿಮ್ಮ ಬಗ್ಗೆ ನಿಮಗೆ ಸಹಾನುಭೂತಿ ಇರುತ್ತದೆ.

ಕಷ್ಟದಲ್ಲಿರುವ ನಿಮ್ಮ ಪ್ರೀತಿಪಾತ್ರರನ್ನು ನೀವು ನೋಡಿಕೊಳ್ಳುವಂತೆ ನೀವು ನಿಮ್ಮನ್ನು ನೋಡಿಕೊಳ್ಳುತ್ತೀರಿ. ನೀವು ನಿಮ್ಮ ಬಗ್ಗೆ ದಯೆಯಿಂದ ವರ್ತಿಸುತ್ತೀರಿ.

ನೀವು ಇತರರಿಂದ ಪ್ರೀತಿ ಮತ್ತು ಗೌರವವನ್ನು ಪಡೆಯುವ ಮೊದಲು, ನೀವು ನಿಮ್ಮನ್ನು ಪ್ರೀತಿಸಬೇಕು ಮತ್ತು ಗೌರವಿಸಬೇಕು.

ಸ್ವ-ಪ್ರೀತಿಯು ಒಂದು ಅಭ್ಯಾಸವಾಗಿದೆ ಮತ್ತು ಇದು ಕೆಲಸವನ್ನು ತೆಗೆದುಕೊಳ್ಳುವ ಕೌಶಲ್ಯವಾಗಿದೆ. ಸ್ವ-ಪ್ರೀತಿಯು ತ್ವರಿತ ತೃಪ್ತಿಯ ಬಗ್ಗೆ ಅಲ್ಲ. ಹೊಸ ಜೋಡಿ ಬೂಟುಗಳು ಅಥವಾ ಪಿಜ್ಜಾವನ್ನು ತಿನ್ನುವುದು ಈ ಕ್ಷಣದಲ್ಲಿ ನಿಮಗೆ   ಒಳ್ಳೆಯ   ಭಾವನೆಯನ್ನು   ಉಂಟುಮಾಡಬಹುದು (ಅಥವಾ ರುಚಿಕರವಾದ), ಆದರೆ ಭಾವನೆಯು ಶಾಶ್ವತವಾಗಿಲ್ಲ-ಮತ್ತು ದೀರ್ಘಾವಧಿಯಲ್ಲಿ ಹಾನಿ ಉಂಟುಮಾಡಬಹುದು. ಸ್ವಯಂ ಪ್ರೀತಿಯ ಅಭ್ಯಾಸವು ನಿಮ್ಮನ್ನು ಪೋಷಿಸುವ ಅಭ್ಯಾಸವಾಗಿದೆ.

ಈ ಪರಿಕಲ್ಪನೆಯನ್ನು ವಿವರಿಸುವ ಕಪ್ ಸಾದೃಶ್ಯವು ಉತ್ತಮವಾಗಿದೆ. ನೀವು ಖಾಲಿ ಕಪ್ಪಿಂದ ಸುರಿಯಲು ಪ್ರಯತ್ನಿಸಿದರೆ, ಏನೂ ಹೊರಬರುವುದಿಲ್ಲ. ನೀವು ಕಪ್ ಅನ್ನು ತುಂಬಿದ ನಂತರ, ನೀವು ಅದನ್ನು ವಿವಿಧ ಗ್ಲಾಸ್ಗಳಲ್ಲಿ ಸುರಿಯಬಹುದು. ಸ್ವಪ್ರೀತಿಯೂ ಇದೇ, ನೀವು ಖಾಲಿ ಪಾತ್ರೆಯಿಂದ ನೀಡಲು ಪ್ರಯತ್ನಿಸುತ್ತಿದ್ದರೆ, ನೀವು ಪ್ರಯತ್ನಿಸಿದರೂ ಏನನ್ನೂ ಸುರಿಯಲು ನಿಮಗೆ ಸಾಧ್ಯವಾಗುವುದಿಲ್ಲ. ಒಮ್ಮೆ, ನೀವು ಸ್ವಯಂ ಪ್ರೀತಿಯಿಂದ ತುಂಬಿದ್ದರೆ, ನಿಮ್ಮ ಪ್ರೀತಿಯನ್ನು ಇತರ ಜನರಲ್ಲಿ ಸುರಿಯುವುದು ತುಂಬಾ ಸುಲಭ, ಏಕೆಂದರೆ ನೀವು ಯಾವುದನ್ನಾದರೂ ಖಾಲಿಯಾಗಿ ನೀಡಲು ಪ್ರಯತ್ನಿಸುತ್ತಿಲ್ಲ.

ಸ್ವಯಂ ಪ್ರೀತಿಯು ತುಂಬಾ ಮುಖ್ಯವಾದಾಗ ನಿಮ್ಮನ್ನು ಪ್ರೀತಿಸುವುದು ಏಕೆ ಕಷ್ಟ?

ಸ್ವ-ಪ್ರೀತಿಯು ಕಷ್ಟಕರವಾಗಿದೆ ಏಕೆಂದರೆ ನಾವು ನಮ್ಮನ್ನು ಅಪ್ಪಿಕೊಳ್ಳುವುದು ನಕಾರಾತ್ಮಕ ವಿಷಯವಾಗಿ ಕಾಣುವ ಜಗತ್ತಿನಲ್ಲಿ ವಾಸಿಸುತಿತ್ತೇವೆ. ನಮ್ಮ ಸಾಮರ್ಥ್ಯಗಳಿಗೆ ಚಿಕ್ಕದೊಂದು ಮೆಚ್ಚುಗೆಯನ್ನು ತೋರಿಸಿದಕ್ಕಾಗಿ ಜನರು ಒಬ್ಬರನ್ನೊಬ್ಬರು ಕೀಳಾಗಿ ನೋಡುತ್ತಾರೆ, ಮತ್ತು ಅದು ಪರಸ್ಪರರ ಮೇಲೆ ಶಾಶ್ವತವಾದ ಪರಿಣಾಮವನ್ನು ಬೀರುತ್ತದೆ.

ವಿಶೇಷವಾಗಿ ನಿಮ್ಮಲ್ಲಿ ಪ್ರೀತಿಯ ಕೊರತೆಯಿರುವ ಮನೆಗಳಲ್ಲಿ ಬೆಳೆದವರು, ಅಥವಾ ಪ್ರೀತಿಯು ಏರು ಪೇರಾಗಿ ಬೆಳೆದವರಿಗೆ, ನಿಮ್ಮನ್ನು ನೀವು ಪ್ರೀತಿಸುವುದು ಕಷ್ಟ ಕೆಲಸ.

ಸಾರ್ಥಕ ಜೀವನವನ್ನು ನಡೆಸಲು ಸ್ವಯಂ ಪ್ರೀತಿ ನಿಮ್ಮ ರಹಸ್ಯ ಅಸ್ತ್ರವಾಗಿದೆ. ಏಕೆಂದರೆ ನಿಮ್ಮ ಆಂತರಿಕ ಪ್ರಪಂಚವು ನಿಮ್ಮ ಬಾಹ್ಯ ಪ್ರಪಂಚವನ್ನು ಸೃಷ್ಟಿಸುತ್ತದೆ. ಕೆಲವರು ಸ್ವ-ಪ್ರೀತಿಯನ್ನು ಸ್ವಾರ್ಥದೊಂದಿಗೆ ಸಮೀಕರಿಸುತ್ತಾರೆ. ಆದರೆ ಅದು ನಿಜವಲ್ಲ. ನೀವು ಈ ರೀತಿ ಯೋಚಿಸಿದಾಗ, ನಿಮ್ಮನ್ನು ಚೆನ್ನಾಗಿ ನೋಡಿಕೊಳ್ಳುವುದು ಕಷ್ಟವಾಗುತ್ತದೆ. ಆ ಸೀಮಿತ ನಂಬಿಕೆಯನ್ನು ನಿಮ್ಮ ಮನಸ್ಸಿನಿಂದ ಅಳಿಸಿ. ಹೊಸ ನಂಬಿಕೆಯನ್ನು ರಚಿಸಿ ಮತ್ತು ಸಾಧ್ಯವಾದಷ್ಟು ಬಾರಿ ಪುನರಾವರ್ತಿಸಿ: "ನನ್ನ ಅಗತ್ಯಗಳನ್ನು ಮೊದಲು ಹಾಕುವುದು ಅತ್ಯವಶ್ಯಕ."

ಒಳ್ಳೆಯ ಸುದ್ದಿ ಎಂದರೆ ನೀವು ನಿಮ್ಮನ್ನು ಸಂಪೂರ್ಣವಾಗಿ ಪ್ರೀತಿಸಿದಾಗ ನೀವು ನಿಮ್ಮ ಆತ್ಮವನ್ನು ಪೋಷಿಸುತ್ತೀರಿ ಮತ್ತು ನಿಮ್ಮ ಅತ್ಯುನ್ನತ ಆವೃತಿಯಾಗುತ್ತೀರಿ. ನಿಮ್ಮ ಬಳಿ ಇಲ್ಲದಿರುವುದನ್ನು ನೀವು ನಿಮಗಾಗಿ ಅಥವ ಇತರರಿಗಾಗಿ ನೀಡಲು ಸಾಧ್ಯವಿಲ್ಲ.

ನಿಮಗೆ ಸ್ವಯಂ ಪ್ರೀತಿ ಏಕೆ ಬೇಕು?

ಆತ್ಮಪ್ರೀತಿಯು ಉಡುಗೊರೆಯನ್ನು ನೀಡುತ್ತಲೇ ಇರುತ್ತದೆ.

ಪ್ರೀತಿಯ ಬಾಹ್ಯ ಮೂಲಗಳು ಬಿಡಬಹುದಾದ ಅಂತರವನ್ನು ತುಂಬಲು ಸ್ವ-ಪ್ರೀತಿ ನಿಮಗೆ ಸಹಕರಿಸುತ್ತದೆ.

ಜೀವನದಲ್ಲಿ ಆರೋಗ್ಯಕರ ಆಯ್ಕೆಗಳನ್ನು ಮಾಡಲು ಸ್ವಯಂ ಪ್ರೀತಿ ನಿಮ್ಮನ್ನು ಪ್ರೇರೇಪಿಸುತ್ತದೆ.

ಸಂಬಂಧಗಳಲ್ಲಿ ಗಡಿಗಳನ್ನು ಹೊಂದಿಸುವಾಗ ಸ್ವ-ಪ್ರೀತಿ ಮುಖ್ಯವಾಗಿದೆ. ವಿಷಕಾರಿ ಸಂಬಂಧಗಳನ್ನು ನಿವಾರಿಸಿ.

ಸ್ವ-ಪ್ರೀತಿಯು ಯಾವುದರಲ್ಲಿಯೂ ಯಶಸ್ವಿಯಾಗುವ ನಿಮ್ಮ ಸಾಮರ್ಥ್ಯವನ್ನು ತೀವ್ರವಾಗಿ ಸುಧಾರಿಸುತ್ತದೆ.

ನೀವು ಯಾವುದರಲ್ಲಿ ಉತ್ತಮರು ಮತ್ತು ನೀವು ಯಾವುದರಲ್ಲಿಲ್ಲ ಎಂಬುದನ್ನು ಲೆಕ್ಕಾಚಾರ ಮಾಡಲು ಸಹಕರಿಸುತ್ತದೆ.

ಆರೋಗ್ಯಕರ ಸಂಬಂಧವನ್ನು ಹೊಂದಲು ಸ್ವಯಂ ಪ್ರೀತಿ ಮತ್ತು ಏಕಾಂಗಿ ಸಮಯ ಅತ್ಯಗತ್ಯ.

ಇದು ಸುಡುವಿಕೆಯನ್ನು ತಡೆಯಲು ಸಹಾಯ ಮಾಡುತ್ತದೆ.

ನಿಮ್ಮನ್ನು ಚೆನ್ನಾಗಿ ನೋಡಿಕೊಳ್ಳಿ.

ನಿಮ್ಮನ್ನು ಪ್ರೀತಿಸುವ ಮತ್ತು ಒಪ್ಪಿಕೊಳ್ಳುವ ಪ್ರಜ್ಞಾಪೂರ್ವಕ ಆಯ್ಕೆಯು ನಿಮ್ಮ ಜೀವನವನ್ನು ಉತ್ತಮವಾಗಿ ಬದಲಾಯಿಸಬಹುದು.

ಸ್ವಯಂ ಪ್ರೀತಿಯನ್ನು ಹೇಗೆ ಅಭಿವೃದ್ಧಿಪಡಿಸುವುದು?

1. ನಿಮ್ಮ ಜೀವನದ ಜವಾಬ್ದಾರಿಯನ್ನು ನೀವೇ ತೆಗೆದುಕೊಳ್ಳುವುದು. ನಿಮ್ಮ ಜೀವನವನ್ನು ಸಾಗಿಸುವ ಜವಾಬ್ದಾರಿ ನಿಮಗೆ ಮಾತ್ರ. ಬೇರೊಬ್ಬರು ನಿಮಗೆ ಸಹಾಯ ಮಾಡುತ್ತಾರೆ ಎಂದು ನಿರೀಕ್ಷಿಸಬೇಡಿ ಇದರಿಂದ ನಿಮ್ಮ ಜೀವನ/ ಸಮಯ ವ್ಯರ್ಥವಾಗುತ್ತದೆ. ಶೀಘ್ರದಲ್ಲೇ ನಿಮ್ಮ ಜೀವನವು ಸುಧಾರಿಸುತ್ತದೆ ಎಂದು ನೀವು ಅರ್ಥಮಾಡಿಕೊಳ್ಳುತ್ತೀರಿ. ಅವರವರ ಸಂತೋಷಕ್ಕೆ ಅವರೇ ಹೊರತು ಯಾರೂ ಜವಾಬ್ದಾರರಲ್ಲ.

2. ನಿಮ್ಮ ಮೇಲಿನ ನಂಬಿಕೆ ಇರಿಸಿಕೊಳ್ಳಿ ಮೇಲ್ನೋಟಕ್ಕೆ ಮಾತ್ರವಲ್ಲ, ಆಂತರಿಕವಾಗಿಯೂ ಸಹ. ನೀವು ಏನು ನಂಬುತ್ತಿರೋ ಅದರ ಕಡೆಗೆ ನೀವು ಕ್ರಮ ತೆಗೆದುಕೊಳ್ಳಬೇಕು ಅದರಿಂದ ನೀವು ನಂಬುವದನ್ನು ನೀವು ಪಡೆಯುತ್ತೀರಿ. ನಿಮ್ಮ ಅನನ್ಯತೆಯನ್ನು ಗೌರವಿಸಿ ಮತ್ತು ನಿಮ್ಮ ಸತ್ಯಸತ್ಯತೆಯನ್ನು ಅನುಮತಿಸಿ.

3. ಯಾವುದೇ ತಪ್ಪುಗಳು/ವೈಫಲ್ಯಗಳಿಲ್ಲ. ನೀವು ಗೆಲ್ಲುತ್ತೀರಿ ಅಥವಾ ಕಲಿಯುತ್ತೀರಿ. ಈ ಕ್ಷಣದಿಂದ ಮುಂದಿನ ನಡೆ ಏನು? ಆ ಕ್ಷಣಕ್ಕಿಂತ ನಿಮ್ಮ ಜೀವನ ದೊಡ್ಡದು.

4. ನಿಮ್ಮೊಂದಿಗೆ ಪ್ರಾಮಾಣಿಕವಾಗಿರಿ. "ನೀವೇ ಆಗಿರಿ" ಇದು ಯಾವಾಗಲೂ ಮಾಡಲು ಸುಲಭವಾದ ವಿಷಯವೆಂದು ಭಾವಿಸುವುದಿಲ್ಲ. ನಿಮ್ಮನ್ನು ಪ್ರೀತಿಸಲು ನೀವು ಮೊದಲು ನಿಮ್ಮ ನಿಜವಾದ ವ್ಯಕ್ತಿತ್ವವನ್ನು ತಿಳಿದುಕೊಳ್ಳಬೇಕು.

5. ಪ್ರತಿ ಬಾರಿ ನೀವು ನಿಮ್ಮ ಬಗ್ಗೆ ಖಿಣಾತ್ಮಕವಾಗಿ ಯೋಚಿಸಿದಾಗ, ಆ ಆಲೋಚನೆಯನ್ನು ಧನಾತ್ಮಕವಾಗಿ ಎದುರಿಸಿ ಅಥವಾ ನಕಾರಾತ್ಮಕ ಆಲೋಚನೆ ಬರುತ್ತಿದೆ ಎಂದು ನೀವು ಭಾವಿಸಿದಾಗ ನೀವು ಮೆಚ್ಚುವ ಮೂರು ವಿಷಯಗಳನ್ನು ಪಟ್ಟಿ ಮಾಡಿ. ನಿಮ್ಮ ದೇಹ ಭಾಷೆಯನ್ನು ಸಹ ವಿಶ್ಲೇಷಿಸಿ -

ಹೆಚ್ಚಾಗಿ ಪ್ರಯತ್ನಿಸಿ ಮತ್ತು ಕಿರುನಗೆ (ಮೊದಲಿಗೆ ಬಲವಂತವಾಗಿ ಇದ್ದರೂ) ಅದು ನಿಮಗೆ ಉತ್ತಮ ಭಾವನೆಯನ್ನು ನೀಡುತ್ತದೆ (ಭರವಸೆ)! ನಿಮ್ಮ ಭಂಗಿಯನ್ನು ನೋಡಿ - ನೀವು ನಡೆಯುವಾಗ ಆ ತಲೆಯನ್ನು ಎತ್ತರಕ್ಕೆ ಹಿಡಿದುಕೊಳ್ಳಿ! ನೀವು ಇತರ ಜನರೊಂದಿಗೆ ಮಾತನಾಡುವಾಗ, ನೀವು ಕಣ್ಣಿನ ಸಂಪರ್ಕವನ್ನು ಹೊಂದಿರುತ್ತೀರಿ ಎಂದು ಖಚಿತಪಡಿಸಿಕೊಳ್ಳಿ. ನಿಮ್ಮ ಮೇಲೆ ನಂಬಿಕೆ ಇಡಿ. ಕನ್ನಡಿಯಲ್ಲಿ ನಿಮ್ಮ ಪ್ರತಿಬಿಂಬವನ್ನು ನೀವು ನೋಡಿದಾಗ ನಿಮ್ಮನ್ನು ಹೊಗಳಿಕೊಳ್ಳುವುದನ್ನು ನಿಮ್ಮ ಬೆಳಗಿನ ದಿನಚರಿಯ ಭಾಗವಾಗಿ ಮಾಡಿಕೊಳ್ಳಿ. ಉದಾ. ನನ್ನನ್ನು ನಾನು ಪ್ರೀತಿಸುತ್ತೇನೆ. ನಾನು ಆತ್ಮವಿಶ್ವಾಸ ಮತ್ತು ಸಂತೋಷದಿಂದ ಇದ್ದೇನೆ. ನೀವು ಹೆಚ್ಚು ವಿಶ್ವಾಸ ಹೊಂದಿದ್ದೀರಿ, ಇತರ ಜನರಿಗೆ ನಿಮ್ಮ ನೈಜತೆಯನ್ನು ತೋರಿಸಲು ನೀವು ಹಾಯಾಗಿರುತ್ತೀರಿ! ನಿಮ್ಮ ಆತ್ಮವಿಶ್ವಾಸದ ಮಟ್ಟಗಳು ಮತ್ತು ಸ್ವಾಭಿಮಾನವನ್ನು ನಿರ್ಮಿಸಲು ಕೆಲಸ ಮಾಡಿ. ನಿಮಗೆ ಆಂತರಿಕ ಆತ್ಮವಿಶ್ವಾಸದ ಕೊರತೆಯಿದ್ದರೆ ನೀವು ನಿಮ್ಮ ಮೇಲೆ ಕೆಲಸ ಮಾಡಬೇಕಾಗುತ್ತದೆ. ಇದು ಸಮಯ ತೆಗೆದುಕೊಳ್ಳುತ್ತದೆ, ಆದರೆ ಪ್ರತಿಫಲಗಳು ಯೋಗ್ಯವಾಗಿರುತ್ತದೆ.

6. ನಿಮ್ಮನ್ನು ವ್ಯಕ್ತಪಡಿಸಿ. ನಿಮಗೆ ಸಂತೋಷವನ್ನು ನೀಡುವುದು ಏನೆಂದು ಈಗ ನೀವು ಕಲಿತಿದ್ದೀರಿ ಮತ್ತು ನೀವು ಆ ಆತ್ಮವಿಶ್ವಾಸದ ಮಟ್ಟವನ್ನು ಹೆಚ್ಚಿಸಿದ್ದೀರಿ, ನಿಮ್ಮನ್ನು ವ್ಯಕ್ತಪಡಿಸಿ - ಪ್ರತಿದಿನ! ನೀವು ಹೇಗೆ ಧರಿಸುವಿರಿ, ನೀವು ಆನಂದಿಸುವ ಹವ್ಯಾಸ, ನೀವು ಕೇಳಲು ಇಷ್ಟಪಡುವ ಸಂಗೀತ, ನೀವು ವೀಕ್ಷಿಸಲು ಬಯಸುವ ಚಲನಚಿತ್ರಗಳು ಇತ್ಯಾದಿಗಳನ್ನು ಮಾಡಿ. ಅದನ್ನು ಆನಂದಿಸಿ!

7. ಇತರ ಜನರು ನಿಮ್ಮ ಬಗ್ಗೆ ಏನು ಯೋಚಿಸುತ್ತಾರೆ ಎಂಬುದನ್ನು ಕಾಳಜಿ ವಹಿಸದಿರಲು ಪ್ರಯತ್ನಿಸಿ. ಇತರ ಜನರ ಅಭಿಪ್ರಾಯಗಳನ್ನು ನಿರ್ಲಕ್ಷಿಸುವುದು ಅಸಾಧ್ಯವೆಂದು ತೋರುತ್ತದೆ, ಆದರೆ ನಿಜವಾಗಿಯೂ ನೀವು ಅದರ ಬಗ್ಗೆ ಯೋಚಿಸಿದರೆ, ಇತರ ಜನರ ಅಭಿಪ್ರಾಯಗಳು ಏನು ಮುಖ್ಯ? ತಮ್ಮಲ್ಲಿ ಸಂತೋಷ ಮತ್ತು ಸುರಕ್ಷಿತವಾಗಿರುವ ಜನರು ಇತರರ ಕಡೆಗೆ ನಕಾರಾತ್ಮಕವಾಗಿ ವರ್ತಿಸುವ ಅಗತ್ಯವನ್ನು ಅನುಭವಿಸುತ್ತಾರೆಯೇ? ಸಂಪೂರ್ಣವಾಗಿ ಇಲ್ಲ. ಅವರು ಕಾಮೆಂಟ್ ಮಾಡಲು ಬಯಸಿದರೆ, ಅವರಿಗೆ ಅವಕಾಶ ಮಾಡಿಕೊಡಿ! ನೀವು ಗಮನಿಸಲು ಜೀವನವನ್ನು ಆನಂದಿಸುವುದರಲ್ಲಿ ತುಂಬಾ ಸಂತೋಷವಾಗಿರುತ್ತೀರಿ, ಮತ್ತು ಸಂಭವನೀಯತೆ ಏನೆಂದರೆ, ಅವರು ಅಂತಹ ಟೀಕೆಗಳನ್ನು ಮಾಡುತ್ತಿದ್ದಾರೆ ಏಕೆಂದರೆ ಆಳವಾಗಿ, ಅವರು ನಿಮ್ಮಂತೆಯೇ ತಮ್ಮನ್ನು ತಾವು ವ್ಯಕ್ತಪಡಿಸಲು ಆತ್ಮವಿಶ್ವಾಸವನ್ನು

ಹೊಂದಿರಲು ಅವರು ಬಯಸುತ್ತಾರೆ.

8. ನಿಮ್ಮನ್ನು ಬೇರೆಯವರೊಂದಿಗೆ ಹೋಲಿಸಿಕೊಳ್ಳಬೇಡಿ. ಹೋಲಿಕೆ ಎಲ್ಲಾ ಸಂತೋಷದ ಕೊಲೆಗಾರ! ನಿಮ್ಮ ಸುತ್ತಲಿರುವವರು ಯಾವ ಹಾದಿಯಲ್ಲಿ ಸಾಗುತ್ತಿರಬಹುದು ಎಂಬುದನ್ನು ಲೆಕ್ಕಿಸದೆ ನೀವು ಮಾಡುತ್ತಿರುವುದನ್ನು ಮುಂದುವರಿಸಿ - ಪ್ರತಿಯೊಬ್ಬ ವ್ಯಕ್ತಿಯ ಹೆಜ್ಜೆಗುರುತುಗಳು ಅನನ್ಯವಾಗಿವೆ! ಬಲಶಾಲಿಯಾಗಿರಿ, ದಯೆಯಿಂದಿರಿ ಮತ್ತು ಜೀವನದಲ್ಲಿ ನಿಮ್ಮ ದಾರಿಯನ್ನು ಕಂಡುಕೊಳ್ಳಿ.

9. ನಿಮ್ಮ ಬಗ್ಗೆ ನಿಮಗೆ ಒಳ್ಳೆಯ ಭಾವನೆ ಮೂಡಿಸುವ ಜನರೊಂದಿಗೆ ನಿಮ್ಮನ್ನು ಸುತ್ತುವರೆದಿರಿ.

10. ಕೃತಜ್ಞತೆಯ ಮನೋಭಾವವನ್ನು ಬೆಳೆಸಿಕೊಳ್ಳಿ.

9

ನಿದ್ರೆ

ನಿದ್ರೆ ಮಾನವನ ಮೂಲಭೂತ ಅಗತ್ಯವಾಗಿದೆ ಮತ್ತು ಉತ್ತಮ ಆರೋಗ್ಯ ಮತ್ತು ಸಂತೋಷ, ಉತ್ತಮ ಗುಣಮಟ್ಟದ ಜೀವನ ಮತ್ತು ಹಗಲಿನಲ್ಲಿ ಉತ್ತಮವಾಗಿ ಕಾರ್ಯನಿರ್ವಹಿಸಲು ಇದು ಅವಶ್ಯಕವಾಗಿದೆ.

ನೀವು ಮಲಗಿದಾಗ ಏನಾಗುತ್ತದೆ?

ನಿದ್ರೆಯ ಸಮಯದಲ್ಲಿ ಅನೇಕ ಜೈವಿಕ ಪ್ರಕ್ರಿಯೆಗಳು ಸಂಭವಿಸುತ್ತವೆ. ಮೆದುಳು ಹೊಸ ಮಾಹಿತಿಯನ್ನು ಸಂಗ್ರಹಿಸುತ್ತದೆ ಮತ್ತು ವಿಷಕಾರಿ ತ್ಯಾಜ್ಯವನ್ನು ತೊಡೆದುಹಾಕುತ್ತದೆ, ನೈಸರ್ಗಿಕ ವಯಸ್ಸಾದ ವಿರೋಧಿ ಪರಿಹಾರ, ಕಡುಬಯಕೆಗಳನ್ನು ಕಡಿಮೆ ಮಾಡುತ್ತದೆ, ನಿಮ್ಮ ದೇಹದ ತೂಕವನ್ನು ನಿರ್ವಹಿಸಲು ಸಹಾಯ ಮಾಡುತ್ತದೆ. ನರ ಕೋಶಗಳು ಸಂವಹನ ಮತ್ತು ಮರುಸಂಘಟನೆಗೊಳ್ಳುತ್ತವೆ, ಇದು ಆರೋಗ್ಯಕರ ಮೆದುಳಿನ ಕಾರ್ಯವನ್ನು ಬೆಂಬಲಿಸುತ್ತದೆ. ದೇಹವು ಶಕ್ತಿಯನ್ನು ಪುನಃಸ್ಥಾಪಿಸಲು ಜೀವಕೋಶಗಳನ್ನು ಸರಿಪಡಿಸುತ್ತದೆ ಮತ್ತು ಹಾರ್ಮೋನುಗಳು ಮತ್ತು ಪ್ರೋಟೀನ್‌ಗಳಂತಹ ಅಣುಗಳನ್ನು ಬಿಡುಗಡೆ ಮಾಡುತ್ತದೆ.

ಒಬ್ಬ ವ್ಯಕ್ತಿಗೆ ಎಷ್ಟು ನಿದ್ರೆ ಬೇಕು?

ಮುಖ್ಯವಾದದ್ದು ನಿದ್ರೆಯ ಗುಣಮಟ್ಟವಾಗಿದೆ ಮತ್ತು ಗಂಟೆಗಳಲ್ಲ. ನಿಮ್ಮ ನಿದ್ರೆಯು ಆಳವಾದಷ್ಟು, ಒಬ್ಬ ವ್ಯಕ್ತಿಯು ಮಲಗಲು ಅಗತ್ಯವಿರುವ ಗಂಟೆಗಳ ಸಂಖ್ಯೆಯು ಕಡಿಮೆಯಿರುತ್ತದೆ. ದಯವಿಟ್ಟು ನಿಮಗೆ ಎಷ್ಟು ನಿದ್ರೆ ಬೇಕೆಂದು ಅರ್ಥಮಾಡಿಕೊಳ್ಳಿ. ನಾನು ದಿನದಲ್ಲಿ 5-6 ಗಂಟೆಗಳ ಕಾಲ ನಿದ್ರಿಸಬಲ್ಲೆ ಮತ್ತು ದಣಿದ ಅಥವಾ ದಣಿದ ಭಾವನೆಯಿಲ್ಲದೆ ಉಳಿದ ದಿನದಲ್ಲಿ

ಉತ್ಪಾದಕಳಾಗಿರುತ್ತೇನೆ ಮತ್ತು ಇದು ನನ್ನ ಸಾಮಾನ್ಯ ಬೇಸ್ ಲೈನ್ ನಿದ್ರೆಯಾಗಿದೆ. ನಾನು 8 ಗಂಟೆಗಳ ಕಾಲ ಮಲಗಲು ಸಾಧ್ಯವಿಲ್ಲ ಎಂದು ನೀವು ಚಿಂತಿಸುವ ಆಗತ್ಯವಿಲ್ಲ. ನಿದ್ರೆಯ ಅಗತ್ಯತೆಯ ಪ್ರಮಾಣವು ವ್ಯಕ್ತಿಯಿಂದ ವ್ಯಕ್ತಿಗೆ ಬದಲಾಗುತ್ತದೆ. ವಯಸ್ಸು, ಲಿಂಗ, ತಳಿಶಾಸ್ತ್ರ, ಕೌಟುಂಬಿಕ ಪರಿಸರ, ಸಾಮಾಜಿಕ-ಆರ್ಥಿಕ ಸ್ಥಿತಿ, ನಿದ್ರೆಯ ನೈರ್ಮಲ್ಯ, ದೈಹಿಕ ಆರೋಗ್ಯ, ಭಾವನಾತ್ಮಕ ಆರೋಗ್ಯ, ಒತ್ತಡದ ಪ್ರಮಾಣ, ದೈನಂದಿನ ಚಟುವಟಿಕೆಯ ಮಟ್ಟ, ಕೋಣೆಯ ಉಷ್ಣತೆ, ಶಕ್ತಿಯ ಮಟ್ಟವನ್ನು ಪ್ರಭಾವಿಸುವ ಬಹಳಷ್ಟು ಅಂಶಗಳಿವೆ.

ನಿಮ್ಮ ಆಳವಾದ ನಿದ್ರೆಯ ಅವಧಿಯನ್ನು ಹೆಚ್ಚಿಸಲು 10 ಸಲಹೆಗಳು ಇಲ್ಲಿವೆ.

1. ಮಲಗುವ ಸಮಯಕ್ಕೆ 1 ಗಂಟೆ ಮೊದಲು ನಿಮ್ಮ ಸಾಧನಗಳನ್ನು ಪವರ್ ಡೌನ್ ಮಾಡಿ.

2. ನಿಮ್ಮ ಮಲಗುವ ಕೋಣೆಗೆ ಸರಿಯಾದ ತಾಪಮಾನವನ್ನು ಹೊಂದಿಸಿ.

3. ಆರಾಮದಾಯಕವಾದ ಹಾಸಿಗೆ ಮತ್ತು ದಿಂಬುಗಳಲ್ಲಿ ಹೂಡಿಕೆ ಮಾಡಿ.

4. ಹಿತವಾದ ಸಂಗೀತವನ್ನು ಆಲಿಸುವುದು, ಧ್ಯಾನಿಸುವುದು ಮತ್ತು ವಾಕಿಂಗ್ ಹೋಗುವುದು ಮುಂತಾದ ಮಲಗುವ ಆಚರಣೆಯನ್ನು ಅಭ್ಯಾಸ ಮಾಡಿ.

5. ವಾರಾಂತ್ಯದಲ್ಲಿಯೂ ಸಹ ಅದೇ ಮಲಗುವ ಸಮಯ ಮತ್ತು ಏಳುವ ಸಮಯದ ನಿದ್ರೆಯ ವೇಳಾಪಟ್ಟಿಗೆ ಅಂಟಿಕೊಳ್ಳಿ. ನಿಮ್ಮ ನೈಸರ್ಗಿಕ ನಿದ್ರೆ-ಎಚ್ಚರ ಚಕ್ರದೊಂದಿಗೆ ಅಂಟಿಕೊಳ್ಳಿ. ನಿದ್ರೆಯ ನೈರ್ಮಲ್ಯವನ್ನು ಕಾಪಾಡಿಕೊಳ್ಳಬೇಕು.

6. ನಿಮಗೆ ನಿದ್ದೆ ಮಾಡಲು ತೊಂದರೆ ಇದ್ದರೆ, ವಿಶೇಷವಾಗಿ ಮಧ್ಯಾಹ್ನದ ಚಿಕ್ಕನಿದ್ರೆಯನ್ನು ತಪ್ಪಿಸಿ.

7. ವ್ಯಾಯಾಮ, ಸ್ಟ್ರೆಚಿಂಗ್, ವಾಕಿಂಗ್, ಓಟ, ಅಥವಾ ಕೆಲವು ರೀತಿಯ ವ್ಯಾಯಾಮವನ್ನು ಪ್ರತಿದಿನ ಮಾಡುವುದು ಅತ್ಯಗತ್ಯ.

8. ಮದ್ಯಪಾನ, ಟೀ/ಕಾಫಿ, ಸಿಗರೇಟ್ ಮತ್ತು ಸಂಜೆ ಭಾರೀ ಊಟವನ್ನು ತಪ್ಪಿಸಿ.

9. ನಿಮಗೆ ನಿದ್ರಿಸಲು ಸಾಧ್ಯವಾಗದಿದ್ದರೆ, ಇನ್ನೊಂದು ಕೋಣೆಗೆ ಹೋಗಿ ಮತ್ತು ನಿಮಗೆ ಸುಸ್ತಾಗುವವರೆಗೆ ವಿಭಿನ್ನ ಕೆಲಸದಲ್ಲಿ ತ ಲೀನರಾಗಿ.

10. ಸಾಮಾನ್ಯ ಮಾದರಿಗಳು ಅಥವಾ ಸಮಸ್ಯೆಗಳನ್ನು ಉತ್ತಮವಾಗಿ ಮೌಲ್ಯಮಾಪನ ಮಾಡಲು ಸ್ಲೀಪ್ ಡೈರಿಯಲ್ಲಿ ನಿಮ್ಮ ನಿದ್ರೆಯನ್ನು ರೆಕಾರ್ಡ್ ಮಾಡುವುದರಿಂದ ನೀವು ಪ್ರಯೋಜನ ಪಡೆಯಬಹುದು. ಇದು ಆರೋಗ್ಯ ತಜ್ಞರು ನಿಮ್ಮ ಮಾದರಿಯನ್ನು ಚೆನ್ನಾಗಿ ಅರ್ಥಮಾಡಿಕೊಳ್ಳಲು ಮತ್ತು ನಿಮಗೆ ಸಹಾಯ ಮಾಡಲು ಅನುಕೂಲ ಮಾಡುತ್ತದೆ.

10

ನಿಮ್ಮ ಸ್ಕೇಲ್ ಅನ್ನು ಡಿಚ್ ಮಾಡಿ!

ನೀವು ನಿಯಮಿತವಾಗಿ ನಿಮ್ಮನ್ನು ತೂಕ ಮಾಡುವಾಗ, ನೀವು ಈ ಕೆಳಗಿನ ಎಲ್ಲಾ ಕೆಲಸಗಳನ್ನು ಮಾಡುತ್ತಿರುವಿರಿ. ನಿಮ್ಮ ಸಂತೋಷ, ಪ್ರೇರಣೆಗಳು ಮತ್ತು ನಿಮ್ಮ ತೂಕದ ಮೇಲೆ ನಿಯಂತ್ರಣದ ಪ್ರಜ್ಞೆಯನ್ನು ಇರಿಸುವುದು. ನೀವು ಸಾಧಿಸಲು ಬಯಸುವ ಆ ಮಾಂತ್ರಿಕ ಸಂಖ್ಯೆಯ ಮೇಲೆ ನಿಮ್ಮ ಸ್ವ-ಮೌಲ್ಯವನ್ನು ನಿರ್ಣಯಿಸುವುದು ಮತ್ತು ಮೌಲ್ಯಮಾಪನ ಮಾಡುವುದು.

ತೆಳ್ಳಗಿರುವುದು ಯಾವಾಗಲೂ ಆರೋಗ್ಯಕರವಲ್ಲ. ಅನೇಕ ತೆಳ್ಳಗಿನ ಜನರು ಆರೋಗ್ಯ ಸಮಸ್ಯೆಗಳನ್ನು ಹೊಂದಿರುವುದನ್ನು ನೀವು ನೋಡಿದ್ದೀರಿ ಎಂದು ನನಗೆ ಖಾತ್ರಿಯಿದೆ. ಆರೋಗ್ಯವನ್ನು ಅಳೆಯಲು ನಾವು ಇತರ ಮಾರ್ಗಗಳನ್ನು ಬಳಸಬೇಕು ಮತ್ತು ತೂಕದ ಅಳತೆ ಮಾತ್ರ ವ್ಯಕ್ತಿಯನ್ನು ವ್ಯಾಖ್ಯಾನಿಸಬಾರದು ಎಂದು ನಾನು ನಂಬುತ್ತೇನೆ.

ಅನಾರೋಗ್ಯದ ಸಂದರ್ಭದಲ್ಲಿ, ನೀವು ಬೇಗನೆ ತೂಕವನ್ನು ಕಳೆದುಕೊಳ್ಳುತ್ತೀರಿ.

ಫಿಟ್ನೆಸ್ನಲ್ಲಿ, ನಿಮ್ಮ ಶಕ್ತಿ, ನಿದ್ರೆ, ಸಂತೋಷ, ಋತುಚಕ್ರ, ಮತ್ತು ವ್ಯಾಯಾಮದ ಅನುಸರಣೆಯು ಮೊದಲು ಸುಧಾರಿಸುತ್ತದೆ ಮತ್ತು ತೂಕವು ಕೊನೆಯದಾಗಿ ಕಡಿಮೆಯಾಗುತ್ತದೆ.

ನಿಮ್ಮ ಸ್ಕೇಲ್ ಅನ್ನು ಏಕೆ ಬಿಡಬೇಕು ಎಂಬುದಕ್ಕೆ 5 ಉತ್ತಮ ಕಾರಣಗಳು ಇಲ್ಲಿವೆ.

1. ಸ್ನಾಯು ಕೊಬ್ಬುಗಿಂತ ಹೆಚ್ಚು ದಟ್ಟವಾಗಿರುತ್ತದೆ.

ಸ್ಕೇಲ್ ಅನ್ನು ಡಿಚ್ ಮಾಡಿ ಏಕೆಂದರೆ ನೀವು ಸತತವಾಗಿ ತಾಲೀಮು ಮಾಡುತ್ತಿದ್ದರೆ ನೀವು ಸ್ನಾಯುವಿನ ತೂಕವನ್ನು ಹೆಚ್ಚಿಸಬಹುದು. ಒಳಗಿನಿಂದ ನೀವು ಹೇಗೆ ಭಾವಿಸುತ್ತೀರಿ, ನಿಮ್ಮ ಬಟ್ಟೆಗಳು ಹೇಗೆ ಹೊಂದಿಕೊಳ್ಳುತ್ತವೆ ಮತ್ತು ನಿಮ್ಮ ದೇಹವು ಹೇಗೆ ಬಲಶಾಲಿ ಮತ್ತು ತೆಳ್ಳಗಾಗುತ್ತದೆ ಎಂಬುದರ ಮೇಲೆ ಕೇಂದ್ರೀಕರಿಸಿ. ನೆನಪಿಡಿ: ನೀವು ಕೆಲಸ ಮಾಡದಿದ್ದರೂ ಸಹ ಸ್ನಾಯುಗಳು ನಿಮ್ಮ ದಿನವಿಡೀ ಕ್ಯಾಲೊರಿಗಳನ್ನು ಸುಡುತ್ತದೆ, ಇದು ಕೊಬ್ಬು ನಷ್ಟಕ್ಕೆ ಕಾರಣವಾಗಬಹುದು. ಕೊಬ್ಬನ್ನು ಕಳೆದುಕೊಳ್ಳುವುದು ಗುರಿಯಾಗಿದೆ ಮತ್ತು ತೂಕವನ್ನು ಅಲ್ಲ.

2. ತೂಕ ಸುಲಭವಾಗಿ ಏರುಪೇರಾಗುತ್ತದೆ.

ನಾವೆಲ್ಲರೂ ಇದನ್ನು ಮಾಡಿದ್ದೇವೆ: ಒಂದು ವಾರದವರೆಗೆ ಹುಚ್ಚನಂತೆ ಕೆಲಸ ಮಾಡಿದ್ದೇವೆ ಮತ್ತು ಕೆಲವು ಕಿಲೋಗ್ರಾಂಗಳನ್ನು ಕಳೆದುಕೊಂಡಿದ್ದೇವೆ. "ಹೌದು! ನಾವು ಉತ್ತಮವಾಗಿದ್ದೇವೆ! " ಮುಂದಿನ ವಾರದಲ್ಲಿ ನಮ್ಮ ಪ್ರೇರಣೆ ಕ್ಯಾಶ್ ಆಗಲು ಸಾಧ್ಯ, ಏಕೆಂದರೆ ನಾವು ಎಲ್ಲವನ್ನೂ ಮರಳಿ ಪಡೆದುಕೊಂಡಿದ್ದೇವೆ. ನಮ್ಮ ದೇಹಕ್ಕೆ ಬಂದಾಗ ನಾವು ಖಚಿತವಾಗಿರಬಹುದಾದ ಏಕೈಕ ವಿಷಯವೆಂದರೆ ಅದು ನಿರಂತರವಾಗಿ ಬದಲಾಗುತ್ತಿದೆ. ನಾವು ಕುಡಿಯುವ ನೀರಿನ ಪ್ರಮಾಣ, ನಾವು ಸೇವಿಸುವ ಉಪ್ಪು, ನಮ್ಮ ಹಾರ್ಮೋನ್ಗಳು, ನಮ್ಮ ಒತ್ತಡದ ಮಟ್ಟಗಳು, ನಾವು ತಾಲೀಮು ಮಾಡಿದರೆ, ನಮ್ಮ ಸ್ನಾಯುಗಳನ್ನು ಹರಿದರೆ, ಮಹಿಳೆಯರಿಗೆ ನಮ್ಮ ಋತುಚಕ್ರಗಳು,. ಈ ಎಲ್ಲಾ ಅಂಶಗಳು ಸಂಖ್ಯೆಯಲ್ಲಿ ಪಾತ್ರವಹಿಸುತ್ತವೆ. ಅಂತಿಮವಾಗಿ ನಮ್ಮ ಆರೋಗ್ಯ ಮತ್ತು ಫಿಟ್ನೆಸ್ ಮಟ್ಟವನ್ನು ನಿರ್ಧರಿಸಲು ಬಂದಾಗ ನಾವು ತೂಕದ ಕಿಲೋಗ್ರಾಂಗಳ ಸಂಖ್ಯೆಯ ಮಾಹಿತಿಯ ವಿಶ್ವಾಸಾರ್ಹ ಮೂಲವಲ್ಲ.

3. ಸ್ಕೇಲ್ ನಿಮ್ಮ ಪ್ರೇರಣೆಯನ್ನು ಹಾಳುಮಾಡಬಹುದು.

ನೀವು ಸ್ಕೇಲ್ ಮೇಲೆ ಹೆಜ್ಜೆ ಹಾಕಿದರೆ ನೀವು ಮೊದಲು ಇರುವುದಕ್ಕಿಂತ ಕೆಟ್ಟದಾಗಿದೆ ಭಾವಿಸಿದರೆ ನಿಮ್ಮ ಸ್ಕೇಲ್ ಅನ್ನು ಎಸೆಯುವ ಸಮಯ ಇರಬಹುದು. ಆರೋಗ್ಯಕರ ಜೀವನಶ್ಯೆಲಿಗೆ ಬಂದಾಗ, ಪ್ರೇರಣೆಯು ನಿಮ್ಮ ಗುರಿಗಳನ್ನು ತಲುಪುತ್ತದೆಯೇ ಎಂದು ನಿರ್ಧರಿಸುವ NUMBER ONE ಅಂಶವಾಗಿದೆ. ನಿಮ್ಮೊಳಗಿನಿಂದ ಬರುವ ಪ್ರೇರಣೆಯು ಫಿಟ್ ಆಗಲು ಪ್ರಮುಖವಾಗಿದೆ ಎಂದು ನಾನು ನಂಬುತ್ತೇನೆ. ನಿಮ್ಮ ಸ್ಕೇಲ್ನ ಸಂಖ್ಯೆಯು ಬಾಹ್ಯ ಪ್ರೇರಕ ಅಂಶವಾಗಿದೆ ಮತ್ತು ಖಿನ್ನತೆ ಮತ್ತು ಆತಂಕಕ್ಕೆ ಕಾರಣವಾಗಬಹುದು ಮತ್ತು ನಿಮ್ಮ ಆರೋಗ್ಯ

ಪ್ರಯತ್ನಗಳನ್ನು ಸುಲಭವಾಗಿ ಹಾಳುಮಾಡಬಹುದು.

4. ನಿಮ್ಮ ತೂಕ ಕಡಿಮೆ ಎಂದ ಮಾತ್ರಕ್ಕೆ ನೀವು ಫಿಟ್ ಆಗಿದ್ದೀರಿ ಎಂದರ್ಥವಲ್ಲ.

ವಾಸ್ತವದಲ್ಲಿ, "ಕಡಿಮೆ ತೂಕ" ಎಂದರೆ ನಿಮ್ಮ ಆರೋಗ್ಯಕ್ಕೆ ಏನೂ ಇಲ್ಲ. ದೇಹದ ಸಂಯೋಜನೆ, ಸ್ನಾಯು ಮತ್ತು ಕೊಬ್ಬಿನ ಅನುಪಾತ, ಶಕ್ತಿ, ಸಹಿಷ್ಣುತೆ, ವಿಶ್ರಾಂತಿ ಹೃದಯ ಬಡಿತ ಮತ್ತು ಮನಸ್ಥಿತಿ ನಿಮ್ಮ ಆರೋಗ್ಯವನ್ನು ಹೀಗೆ ಅಳೆಯಬೇಕು. ನಿಮ್ಮ ದೇಹವು ಜೀವನದಲ್ಲಿ ನಿಮ್ಮ ಏಕೈಕ ಶಾಶ್ವತ ಪಾಲುದಾರ. ಇದು ಪ್ರತಿದಿನ ನಿಮ್ಮೊಂದಿಗೆ ಇರುತ್ತದೆ ಮತ್ತು ಅದನ್ನು ನೋಡಿಕೊಳ್ಳಲು ಅದು ನಿಮ್ಮ ಮೇಲೆ ಅವಲಂಬಿತವಾಗಿದೆ. ನಿಮ್ಮ ದೇಹವನ್ನು ರಕ್ಷಿಸಲು ಸಹಾಯ ಮಾಡುವ ಆಹಾರಗಳೊಂದಿಗೆ ಪೋಷಿಸಿ ಮತ್ತು ಅದನ್ನು ಚೆನ್ನಾಗಿ ಅನುಭವಿಸಲು ಮತ್ತು ಪ್ರತಿಯಾಗಿ ಅದು ಉತ್ತಮವಾದ ತೂಕವನ್ನು ಪಡೆಯುತ್ತದೆ.

5. ನಿಮ್ಮ ಮಾನಸಿಕ ಆರೋಗ್ಯವು ನಿಮ್ಮ ದೇಹದ ಮೇಲೆ ನೇರವಾಗಿ ಪರಿಣಾಮ ಬೀರುತ್ತದೆ ಮತ್ತು ಸ್ಕೇಲ್ ಈ ಸಂಬಂಧವನ್ನು ಹಾನಿಗೊಳಿಸಬಹುದು. ನಿಮ್ಮ ದೇಹ ಮತ್ತು ಮನಸ್ಸು ಸಂಪರ್ಕ ಹೊಂದಿದೆ. ಕಳಪೆ ಮಾನಸಿಕ ಆರೋಗ್ಯವು ನಮ್ಮ ಆರೋಗ್ಯಕ್ಕೆ ಬಂದಾಗ ದೀರ್ಘಕಾಲದ ಕಾಯಿಲೆ ಮತ್ತು ಕೆಟ್ಟ ಆಯ್ಕೆಗಳಿಗೆ ಕಾರಣವಾಗಬಹುದು.

"ಪ್ರತಿ ವಾರ, ತಮ್ಮ ಜೀವನದ ಹೆಚ್ಚಿನ ಭಾಗವನ್ನು ಕಳೆದ ಮತ್ತು ಇನ್ನೂ ಕಳೆಯುವ ಜನರು ತಮ್ಮ ತೂಕ ಎಷ್ಟು ಎಂಬುದರ ಮೇಲೆ ಕೇಂದ್ರೀಕರಿಸುವುದನ್ನು ನಾನು ನೋಡುತ್ತೇನೆ. ಅವರು ತಮಗೆ ಬೇಕಾದುದನ್ನು ತೂಗದಿದ್ದರೆ ಮತ್ತು ಅವರು ಅಪರೂಪವಾಗಿ ಮಾಡುತ್ತಾರೆ ಅವರ ದಿನಗಳು ವಿವಿಧ ಹಂತಗಳಲ್ಲಿ ತಮ್ಮ ಬಗ್ಗೆ ಕೆಟ್ಟ ಭಾವನೆಗಳಲ್ಲಿ ಕಳೆಯುತ್ತವೆ. ನಂತರ, ಅವರು ಆ ತೂಕವನ್ನು ಸಾಧಿಸಲು ಸಹಾಯ ಮಾಡುತ್ತದೆ ಎಂದು ಭಾವಿಸುವ ನಡವಳಿಕೆಗಳನ್ನು ಇರಿಸಲು ತಮ್ಮ ಸಮಯವನ್ನು ಕಳೆಯುತ್ತಾರೆ (ಆದರೆ, ಸಾಮಾನ್ಯವಾಗಿ ಆರೋಗ್ಯಕರವಾಗಿರದ ಮತ್ತು ಸಾಮಾನ್ಯವಾಗಿ ವಿರುದ್ಧ ದಿಕ್ಕಿನಲ್ಲಿ ಅವುಗಳನ್ನು ಕಳುಹಿಸುವ ನಡವಳಿಕೆಗಳು) ಅಥವಾ ಸೋಲು ಮತ್ತು ಖಿನ್ನತೆಗೆ ಒಳಗಾಗುತ್ತಾರೆ. ಆದ್ದರಿಂದ, ದೈಹಿಕ ಮತ್ತು ಮಾನಸಿಕ ಆರೋಗ್ಯದ ದೃಷ್ಟಿಕೋನದಿಂದ, ಸ್ಕೇಲ್ ಮೇಲಿನ ಸಂಖ್ಯೆಯ ಮೇಲೆ ಗಮನವು ಗಮನಾರ್ಹವಾಗಿ ಮಧ್ಯಪ್ರವೇಶಿಸಬಹುದು.

ಬಾಟಮ್ ಲೈನ್ ನೀವು ಬಯಸಿದರೆ ತಿಂಗಳಿಗೊಮ್ಮೆ ನಿಮ್ಮ ತೂಕವನ್ನು ಪರೀಕ್ಷಿಸುವುದು ಮತ್ತು ಪ್ರತಿ ದಿನವೂ ತೂಕದ ಮಾಪಕದಲ್ಲಿ ಒಂದು ಹೆಜ್ಜೆ

ಹಾಕುವ ಅಗತ್ಯವಿಲ್ಲ.

11

ನಿಮ್ಮ ಮನಸ್ಸಿಗೆ ನೀವು ಏನನ್ನು ನೀಡುತೀರೋ ಅದೇ ನೀವು ಆಗುತ್ತೀರಿ!!

ಎಲ್ಲವನ್ನೂ ಎರಡು ಬಾರಿ ರಚಿಸಲಾಗುತ್ತದೆ, ಮೊದಲು ಮನಸ್ಸಿನಲ್ಲಿ ಮತ್ತು ನಂತರ ವಾಸ್ತವದಲ್ಲಿ. ರಾಬಿನ್ ಎಸ್ ಶರ್ಮಾ

ಆಹಾರದ ವಿಷಯದಲ್ಲಿ ಸಮತೋಲಿತ ಆಹಾರವು ಆರೋಗ್ಯಕರ ದೇಹಕ್ಕೆ ಪ್ರಮುಖವಾದಂತೆಯೇ, ಮಾಹಿತಿಯ ವಿಷಯದಲ್ಲಿ ಸಮತೋಲಿತ ಆಹಾರವು ಆರೋಗ್ಯಕರ ಮನಸ್ಸಿಗೆ ಪ್ರಮುಖವಾಗಿದೆ. ಸಂಸ್ಕರಿಸಿದ ಜಂಕ್ ಆಹಾರವನ್ನು ಸೇವಿಸುವ ಮೂಲಕ ನಾವು ಆರೋಗ್ಯಕರ ದೇಹವನ್ನು ಹೊಂದಲು ನಿರೀಕ್ಷಿಸುವಂತಿಲ್ಲ, ನಕಾರಾತ್ಮಕತೆಯ ಸ್ಥಿರ ಆಹಾರವನ್ನು ಸೇವಿಸುವ ಮೂಲಕ ಆರೋಗ್ಯಕರ ಮನಸ್ಸನ್ನು ಹೊಂದಲು ನಾವು ನಿರೀಕ್ಷಿಸಲಾಗುವುದಿಲ್ಲ.

1. ನಿಮ್ಮ ಮನಸ್ಸನ್ನು ನಕಾರಾತ್ಮಕತೆಯಿಂದ ತುಂಬುವುದನ್ನು ನಿಲ್ಲಿಸಿ. ನೀವು ಮನಸ್ಸನ್ನು ಪೋಷಿಸಿ.

ಇತ್ತೀಚೆಗೆ ಜಗತ್ತಿನಲ್ಲಿ ಅನೇಕ ಭಯಾನಕ ಸಂಗತಿಗಳು ಸಂಭವಿಸುತ್ತಿರುವುದರಿಂದ, ಕನಿಷ್ಠ ಸ್ವಲ್ಪವಾದರೂ ನಕಾರಾತ್ಮಕತೆಯ ಮೇಲೆ ಕೇಂದ್ರೀಕರಿಸದಿರುವುದು ಕಷ್ಟ. ದಿನವಿಡೀ, ಪ್ರತಿದಿನ ಧನಾತ್ಮಕ ಆಲೋಚನೆಗಳನ್ನು ಹೊರತುಪಡಿಸಿ ಏನನ್ನೂ ಯೋಚಿಸುವಂತೆ ಒತ್ತಡ ಹೇರುವುದು ಸಂಪೂರ್ಣವಾಗಿ ಅವಾಸ್ತವಿಕವಾಗಿದೆ.

ಕೆಲವು ನಿಮಿಷಗಳ ಚಿಂತೆಯಲ್ಲಿ ಪಾಲ್ಗೊಳ್ಳುವುದು ಒಂದು ವಿಷಯ. ಆರೋಗ್ಯಕರ ಪ್ರಮಾಣದ ಚಿಂತೆಯು ನಿಮ್ಮನ್ನು ಪ್ರೇರೇಪಿಸುತ್ತದೆ ಮತ್ತು ಭಾವನಾತ್ಮಕ ಬಫರ್ ಆಗಿ ಕಾರ್ಯನಿರ್ವಹಿಸುತ್ತದೆ ಎಂದು ಅಧ್ಯಯನಗಳು ತೋರಿಸುತ್ತವೆ. ಆದಾಗ್ಯೂ, ಪ್ರತಿ ದಿನವೂ ಋಣಾತ್ಮಕತೆಯನ್ನು ಬಿಂಬಿಸುತ್ತಾ ದಿನವಿಡೀ ಕಳೆಯುವುದು ಮತ್ತು ನೀವು ನಿಯಂತ್ರಿಸಲಾಗದ ವಿಷಯಗಳ ಬಗ್ಗೆ ಚಿಂತಿಸುವುದು ಸಂಪೂರ್ಣ ವಿರುದ್ಧ ಪರಿಣಾಮವನ್ನು ಉಂಟುಮಾಡಬಹುದು.

ಇದು ಕೇವಲ ನಿಮ್ಮ ಮೇಲೆ ಪರಿಣಾಮ ಬೀರುವುದಿಲ್ಲ ನಿಮ್ಮ ಸುತ್ತಲಿನವರ ಮೇಲೆ ಇನ್ನೂ ಕೆಟ್ಟದಾಗಿ ಪರಿಣಾಮ ಬೀರುತ್ತದೆ. ಭಾವನೆಯು ಸಾಂಕ್ರಾಮಿಕವಾಗಿದೆ. ಆದ್ದರಿಂದ, ಆ ನಿಟ್ಟಿನಲ್ಲಿ, ನೀವು ನಿಮ್ಮ ಮನಸ್ಸಿಗೆ ಜಂಕ್ ಫುಡ್ಗೆ ಸಮಾನವಾದ ಮಾನಸಿಕ ಆಹಾರವನ್ನು ನೀಡುವುದಲ್ಲದೇ, ಅದನ್ನು ನಿಮ್ಮ ಸ್ನೇಹಿತರು ಮತ್ತು ಕುಟುಂಬಕ್ಕೆ ಬಲವಂತವಾಗಿ ತಿನ್ನಿಸುತ್ತೀರಿ. ಸಹಜವಾಗಿ ನಮ್ಮ ತಲೆಯನ್ನು ಮರಳಿನಲ್ಲಿ ಹೂತುಹಾಕುವುದು ಮತ್ತು ನಕಾರಾತ್ಮಕವಾದ ಎಲ್ಲವನ್ನೂ ನಿರ್ಲಕ್ಷಿಸುವುದು ಸರಿಯಾದ ಮಾರ್ಗವಲ್ಲ. ಸಂಪೂರ್ಣ ನಿರಾಕರಣೆಯಲ್ಲಿ ಬದುಕುವುದು ನಿರಂತರ ಚಿಂತೆಯ ಸ್ಥಿತಿಯಲ್ಲಿ ವಾಸಿಸುವಂತೆಯೇ ಅನಾರೋಗ್ಯಕರವಾಗಿದೆ. ಆಹಾರದ ವಿಷಯದಲ್ಲಿ ಸಮತೋಲಿತ ಆಹಾರವು ಆರೋಗ್ಯಕರ ದೇಹಕ್ಕೆ ಪ್ರಮುಖವಾದಂತೆಯೇ, ಮಾಹಿತಿಯ ವಿಷಯದಲ್ಲಿ ಸಮತೋಲಿತ ಆಹಾರವು ಆರೋಗ್ಯಕರ ಮನಸ್ಸಿಗೆ ಪ್ರಮುಖವಾಗಿದೆ.

ನಕಾರಾತ್ಮಕ ಆಲೋಚನೆಗಳಿಂದ ನಿಮ್ಮ ಮನಸ್ಸನ್ನು ಪೋಷಿಸಬೇಡಿ. ನೀವು ಹಾಗೆ ಮಾಡಿದರೆ ನಿಮ್ಮ ಆಲೋಚನೆಗಳು ತುಂಬಾ ಶಕ್ತಿಯುತವಾಗಿರುತ್ತವೆ ಮತ್ತು ನಿಮ್ಮ ಜೀವನದ ಮೇಲೆ ನಿರಂತರವಾಗಿ ಪ್ರಭಾವ ಬೀರುತ್ತವೆ.

2. ನಿಮ್ಮ ಮನಸ್ಸಿಗೆ ಸಮತೋಲಿತ ಆಹಾರವನ್ನು ನೀಡಿ ಮತ್ತು ನೀವು ಸಂತೋಷದ ವ್ಯಕ್ತಿಯಾಗಿರುತ್ತೀರಿ.

ನಿಮ್ಮ ದೇಹವನ್ನು ನೀವು ಅನುಸರಿಸುವ ರೀತಿಯಲ್ಲಿ ನಿಮ್ಮ ಮನಸ್ಸಿನ ಆಹಾರವನ್ನು ನೀವು ಅನುಸರಿಸಿದರೆ, ನಕಾರಾತ್ಮಕತೆ ಮತ್ತು ಸಕಾರಾತ್ಮಕತೆಯ ನಡುವಿನ ಸರಿಯಾದ ಸಮತೋಲನವನ್ನು ಕಂಡುಹಿಡಿಯಲು ನಿಮಗೆ ಸುಲಭವಾದ ಸಮಯವಿರುತ್ತದೆ.

3. ಎಲ್ಲವೂ ಮಿತವಾಗಿರಲಿ.

ಆರೋಗ್ಯಕರ ಆಹಾರದ ಸುವರ್ಣ ನಿಯಮವನ್ನು ನೆನಪಿಡಿ: ಎಲ್ಲವೂ ಮಿತವಾಗಿರಲಿ! ನೀವು ಉತ್ತಮವಾಗಿ ತಿನ್ನಲು ಪ್ರಯತ್ನಿಸುತ್ತಿರುವಾಗ ನೀವು

ಚಾಕೊಲೇಟ್ ಅನ್ನ ಸಂಪೂರ್ಣವಾಗಿ ತ್ಯಜಿಸಬೇಕಾಗಿಲ್ಲ, ನೀವು ತಿನ್ನುವ ಪ್ರಮಾಣವನ್ನು ಮಿತಿಗೊಳಿಸಬೇಕು.

ನಕಾರಾತ್ಮಕತೆಗೆ ಅದೇ ಹೋಗುತ್ತದೆ. ಎಲ್ಲಾ ನಕಾರಾತ್ಮಕ ಆಲೋಚನೆಗಳನ್ನು ಮಿತಿಯಿಲ್ಲವೆಂದು ಘೋಷಿಸುವ ಬದಲು, ನಿಮಗೆ ಚಿಂತೆ ಮಾಡುವ ವಿಷಯಗಳ ಮೇಲೆ ಕೇಂದ್ರೀಕರಿಸಲು ಪ್ರತಿದಿನ ಸ್ವಲ್ಪ ಸಮಯವನ್ನು ಅನುಮತಿಸಿ. 10 -15 ನಿಮಿಷಗಳ ಕಾಲ ಟೈಮರ್ ಅನ್ನು ಹೊಂದಿಸಿ ಮತ್ತು "ಡಾರ್ಕ್ ಸೈಡ್" ಗೆ ಡೈವ್ ಮಾಡಿ. ಚಿಂತೆ, ಭಯ ಮತ್ತು ಆತಂಕವನ್ನು ನೀವೇ ಅನುಭವಿಸಲು ಅನುಮತಿಸಿ. ನಿಮ್ಮ ಸಮಯ ಮುಗಿದ ನಂತರ, ಧನಾತ್ಮಕವಾಗಿ ಕೇಂದ್ರೀಕರಿಸಲು ಆಯ್ಕೆಮಾಡಿ. ನೀವು ನಿಮ್ಮ ಭಾವನೆಗಳನ್ನು ಸಮಾಧಿ ಮಾಡುತ್ತಿಲ್ಲ ಅಥವಾ ಅವು ಅಸ್ತಿತ್ವದಲ್ಲಿವೆ ಎಂದು ನಿರಾಕರಿಸುತ್ತಿಲ್ಲ, ನೀವು ಅವರಿಗೆ "ಈಗ ಸಮಯವಲ್ಲ" ಎಂದು ಹೇಳುತ್ತಿದ್ದೀರಿ.

4. ನಿಮ್ಮ ಚಿಂತೆಗಳನ್ನು ಬುದ್ಧಿವಂತಿಕೆಯಿಂದ ಆರಿಸಿ.

"ವಾಟ್ ಇಫ್" ಆಟವನ್ನು ಆಡೋಣ. ನನ್ನ ಬಳಿ ಎರಡು ಚಾಕೊಲೇಟ್ ತುಂಡುಗಳಿವೆ. ಒಂದು ಯಂತ್ರದಿಂದ ತಯಾರಿಸಿದ ಬೃಹತ್-ಉತ್ಪಾದಿತ, ಫಾಯಿಲ್ ಸುತ್ತಿದ ಕ್ಯಾಂಡಿ. ಇನ್ನೊಂದು ವಿಶ್ವ-ಪ್ರಸಿದ್ಧ ಚಾಕೊಲೇಟಿಯರ್‌ನಿಂದ ಕರಕುಶಲವಾದ ಗೌರ್ಮೇಟ್ ಟ್ರೀಟ್ ಆಗಿದೆ. ನೀವು ಒಂದನ್ನು ಮಾತ್ರ ಪಡೆಯುತ್ತೀರಿ, ಮತ್ತು ನೀವು ವಾರಪೂರ್ತಿ ಹೊಂದಬಹುದಾದ ಏಕೈಕ ತುಣುಕು ಇದು. ನೀವು ಯಾವುದನ್ನು ಆರಿಸುತ್ತೀರಿ? ನೀವು ಒಳ್ಳೆಯ ತುಣುಕಿಗಾಗಿ ಹೋಗಿದ್ದೀರಿ ಎಂದು ನಾನು ಭಾವಿಸುತ್ತೇನೆ! ಎಲ್ಲಾ ನಂತರ, ನಾವು ನಮ್ಮನ್ನು ಮಿತಿಗೊಳಿಸುತ್ತಿದ್ದರೆ, ನಾವು ಅತ್ಯುತ್ತಮ ಆಯ್ಕೆಯೊಂದಿಗೆ ಹೋಗಬಹುದು!

ಅದೇ ಆಟವನ್ನು ಪ್ರಯತ್ನಿಸೋಣ. ಮತ್ತೊಮ್ಮೆ ನಿಮ್ಮ ಮುಂದೆ ಎರಡು ಆಯ್ಕೆಗಳಿವೆ ಮತ್ತು ಒಂದನ್ನು ಮಾತ್ರ ಆಯ್ಕೆ ಮಾಡಬಹುದು. ಆಯ್ಕೆ ಎ- ಸಾಮಾಜಿಕ ಮಾಧ್ಯಮದಲ್ಲಿ ಅಪರಿಚಿತರ ಅಸಹ್ಯವಾದ ಕಾಮೆಂಟ್‌ಗಳ ಬಗ್ಗೆ ಚಿಂತಿಸುವುದು ನಿಮಗೆ ತೊಂದರೆಯಾಗಿದೆ. ಆಯ್ಕೆ ಬಿ- ನಿಮ್ಮ ಪ್ರೀತಿಪಾತ್ರರಿಗೆ ಉಡುಗೊರೆಗಳನ್ನು ನೀಡಲು ನೀವು ಸ್ವಲ್ಪ ಹೆಚ್ಚುವರಿ ಹಣವನ್ನು ಹೇಗೆ ಮಾಡುತ್ತೀರಿ ಎಂಬುದರ ಕುರಿತು ಚಿಂತಿಸಲಾಗುತ್ತಿದೆ.

ಇತರ ಜನರು ಹೇಗೆ ವರ್ತಿಸುತ್ತಾರೆ ಎಂಬುದನ್ನು ನೀವು ನಿಯಂತ್ರಿಸಲು ಸಾಧ್ಯವಿಲ್ಲ, ಆದ್ದರಿಂದ ನೀವು ನಿಗದಿಪಡಿಸಿದ ಸಮಯವನ್ನು ಏಕೆ ಚಿಂತಿಸುತ್ತಾ ಕಳೆಯುತ್ತೀರಿ? ಬದಲಾಗಿ, ನೀವು ನಿಯಂತ್ರಿಸಬಹುದಾದ ವಿಷಯಗಳ ಮೇಲೆ ಕೇಂದ್ರೀಕರಿಸಲು ಆಯ್ಕೆಮಾಡಿ. ನಾನು ಮೊದಲೇ ಹೇಳಿದ್ದನ್ನು ನೆನಪಿಸಿಕೊಳ್ಳಿ,

ಚಿಂತಿಸುವುದು ನಿಮ್ಮನ್ನು ಪ್ರೇರೇಪಿಸುವಾಗ ಧನಾತ್ಮಕವಾಗಿರುತ್ತದೆ. ನಿಮ್ಮ ನಗದು ಹರಿವಿನ ಸಂದಿಗ್ಧತೆಯ ಬಗ್ಗೆ ಯೋಚಿಸುವ ಮೂಲಕ, ನೀವು ನಕಾರಾತ್ಮಕತೆಯನ್ನು ಧನಾತ್ಮಕವಾಗಿ ಪರಿವರ್ತಿಸುತ್ತಿದ್ದೀರಿ ಮತ್ತು ಸಕ್ರಿಯವಾಗಿ ಪರಿಹಾರಗಳನ್ನು ಹುಡುಕುತ್ತಿದ್ದೀರಿ.

5. ಆರೋಗ್ಯಕರ ಮಾನಸಿಕ ಉಪಹಾರದೊಂದಿಗೆ ನಿಮ್ಮ ದಿನವನ್ನು ಪ್ರಾರಂಭಿಸಿ.

"ಆರೋಗ್ಯಕರ ಆಹಾರ" ಸಾದೃಶ್ಯದೊಂದಿಗೆ ಅಂಟಿಕೊಳ್ಳುವುದು, ನಿಮ್ಮ ಮೆದುಳಿನ ಮಾನಸಿಕ ಉಪಹಾರವು ನಿಮ್ಮ ದೇಹದ ನಿಜವಾದ ಉಪಹಾರದಷ್ಟೇ ಮುಖ್ಯವಾಗಿದೆ. ಕ್ಯಾರಮೆಲ್ ಸಾಸ್ ಮತ್ತು ಹಾಲಿನ ಕೆನೆಯೊಂದಿಗೆ ಅಗ್ರಸ್ಥಾನದಲ್ಲಿರುವ ಟ್ರಿಪಲ್-ಫಡ್ಜ್ ಬ್ರೌನಿಯು ಬಹಳ ಕಳಪೆ ಉಪಹಾರ ಆಯ್ಕೆಯಾಗಿದೆ ಎಂದು ನಾವೆಲ್ಲರೂ ಒಪ್ಪಿಕೊಳ್ಳಬಹುದು ಎಂದು ನಾನು ಭಾವಿಸುತ್ತೇನೆ. ಕನಿಷ್ಠ, ಇದು ಮಧ್ಯ ಬೆಳಿಗ್ಗೆಯ ಹೊತ್ತಿಗೆ ಸಕ್ಕರೆ ಕುಸಿತಕ್ಕೆ ನಮ್ಮನ್ನು ಹೊಂದಿಸುತ್ತದೆ.

ಒಳ್ಳೆಯದು, ನಿಮ್ಮ ಮೆದುಳಿಗೆ ಖಿನ್ನತೆಯ ಮುಖ್ಯಾಂಶಗಳು ಮತ್ತು ಆತಂಕವನ್ನು ಉಂಟುಮಾಡುವ ಆಲೋಚನೆಗಳ ದೈತ್ಯ ಸಹಾಯವನ್ನು ಬೆಳಿಗ್ಗೆ ನೀಡುವುದು ಕೆಟ್ಟದ್ದಾಗಿರುತ್ತದೆ. ಮರುದಿನ, ನಾನು ಅಸಹನೀಯ ಮನಸ್ಥಿತಿಯಲ್ಲಿದ್ದ ಸ್ನೇಹಿತೆಯೊಂದಿಗೆ ಮಾತನಾಡುತ್ತಿದ್ದೆ. ಅವಳಿಗೆ ಏನು ತೊಂದರೆ ಎಂದು ನಾನು ಅವಳನ್ನು ಕೇಳಿದೆ. ಅವಳು ತನಗೆ ಗೊತ್ತಿಲ್ಲ ಎಂದು ಹೇಳಿದಳು, "ನಾನು ಉತ್ತಮ ಮನಸ್ಥಿತಿಯಲ್ಲಿ ಎಚ್ಚರಗೊಂಡೆ! ನಂತರ, ನಾನು ಸುದ್ದಿಯನ್ನು ಓದಿದೆ, ಮತ್ತು ಅದು ಅಲ್ಲಿಂದ ಕೆಳಕ್ಕೆ ಹೋಯಿತು.

ಆ ಉತ್ತಮ ಮನಸ್ಥಿತಿಯ ಆವೇಗವನ್ನು ಸವಾರಿ ಮಾಡಲು ಮತ್ತು ಕೆಲಸಕ್ಕೆ ಸರಿಯಾಗಿ ಧುಮುಕುವುದನ್ನು ಅವಳು ಆರಿಸಿಕೊಂಡಿದ್ದರೆ, ಅವಳು ಹೆಚ್ಚು ಉತ್ಪಾದಕವಾಗುತ್ತಿದ್ದಳು ಎಂದು ಅವರು ಹೇಳಿದರು. ಬದಲಾಗಿ, ಅವಳು ಆತಂಕದಿಂದ ಮುಳುಗಿದಳು, ಇಡೀ ಬೆಳಿಗ್ಗೆ ಪ್ರಪಂಚದ ಭವಿಷ್ಯದ ಬಗ್ಗೆ ಭಯಭೀತಳಾದಳು ಮತ್ತು ಏನೂ ಮಾಡಲಾಗಲಿಲ್ಲ. ಅದು, ಅವಳ ಚಿಂತೆಯನ್ನು ಇನ್ನಷ್ಟು ಹೆಚ್ಚಿಸಿತು. ಇದು ಎಲ್ಲಿಗೆ ಹೋಗುತ್ತಿದೆ ಎಂಬುದನ್ನು ನೀವು ನೋಡಬಹುದು ಎಂದು ನಾನು ಭಾವಿಸುತ್ತೇನೆ. ಹೆಚ್ಚು ಚಿಂತಿಸುವುದು ಕಡಿಮೆ ಉತ್ಪಾದಕತೆ ಸಮನಾಗಿರುತ್ತದೆ.

ಈ ಹಂತದವರೆಗೆ ನಾನು ಹೇಳಿರುವ ಎಲ್ಲವನ್ನೂ ನೀವು ನಿರ್ಲಕ್ಷಿಸಿದರೆ, ಕನಿಷ್ಠ ಈ ಒಂದು ಕೆಲಸವನ್ನು ಮಾಡಿ: ನಿಮ್ಮ ದಿನವನ್ನು ನಕಾರಾತ್ಮಕತೆಗಿಂತ

ಧನಾತ್ಮಕವಾಗಿ ಪ್ರಾರಂಭಿಸಲು ಆಯ್ಕೆಮಾಡಿ. ಆ ಚಿಂತೆಗಳು ಮಧ್ಯಾಹ್ನದ ನಂತರವೂ ಇರುತ್ತವೆ.

ನಿಮ್ಮ ಮೆದುಳಿಗೆ ಆತಂಕಕ್ಕಿಂತ ಹೆಚ್ಚಾಗಿ ಸಂತೋಷದ ಉಪಹಾರವನ್ನು ನೀಡುವುದರ ಮೂಲಕ, ನೀವು ಹೆಚ್ಚು ಉತ್ಪಾದಕರಾಗಿದ್ದೀರಿ ಮತ್ತು ಆ ಸಮಸ್ಯೆಗಳನ್ನು ನಿಭಾಯಿಸಲು ಸಮಯ ಬಂದಾಗ ಅವುಗಳನ್ನು ಪರಿಹರಿಸಲು ಸಾಧ್ಯವಾಗುತ್ತದೆ ಎಂದು ನೀವು ಕಂಡುಕೊಳ್ಳಬಹುದು.

ನಾನು "ಆಯ್ಕೆ" ಎಂಬ ಪದವನ್ನು ಹಲವು ಬಾರಿ ಬಳಸಿರುವುದನ್ನು ನೀವು ಗಮನಿಸಬಹುದು. ಅದು ಉದ್ದೇಶಪೂರ್ವಕವಾಗಿತ್ತು. ಪ್ರತಿಯೊಂದು ನಿರ್ಧಾರವೂ ನಮ್ಮಿಂದ ತೆಗೆದುಕೊಳ್ಳಲ್ಪಟ್ಟಿದೆ ಎಂದು ಕೆಲವೊಮ್ಮೆ ಅನಿಸುತ್ತದೆ, ನಮಗೆ ಇನ್ನೂ ಆಯ್ಕೆಗಳಿವೆ. ನಮ್ಮ ಮನಸ್ಸಿಗೆ ಹಂಬಲಿಸುವ ಸಮತೋಲನವನ್ನು ನೀಡಲು ಮತ್ತು ಧನಾತ್ಮಕವಾಗಿ ಒಲವು ತೋರಲು ನಾವು ಸಕ್ರಿಯವಾಗಿ ನಿರ್ಧರಿಸಬಹುದು, ಅಥವಾ ನಾವು ಅದಕ್ಕೆ ಜಂಕ್ ಮತ್ತು ಋಣಾತ್ಮಕವಾದ ಸ್ಥಿರ ಆಹಾರವನ್ನು ನೀಡುವುದನ್ನು ಆಯ್ಕೆ ಮಾಡಬಹುದು. ಆಯ್ಕೆಯು ಸಂಪೂರ್ಣವಾಗಿ ನಿಮಗೆ ಬಿಟ್ಟದ್ದು.

12

ವೃತ್ತಿಪರ ಮತ್ತು ವೈಯಕ್ತಿಕ ಜೀವನದಲ್ಲಿ ಸಮತೋಲನ ಕಾಯ್ದುಕೊಳ್ಳಿ

ಉಪಶಾಮಕ ಆರೈಕೆ (Palliative Care) ರೋಗಿಗಳೊಂದಿಗೆ ವೈಯಕ್ತಿಕವಾಗಿ ಕೆಲಸ ಮಾಡಿದ ನಾನು ಅನುಭವಿಸಿದ್ದು ಇಲ್ಲಿದೆ. ಸಾಯುತ್ತಿರುವವರು ತಮ್ಮ ಜೀವನದ ಬಗ್ಗೆ ಹೊಂದಿರುವ ದೊಡ್ಡ ವಿಷಾದ ಏನು ಎಂದು ನೀವು ಯೋಚಿಸುತ್ತೀರಿ? ಇದು ಅವರ ಮಾರಾಟದ ಗುರಿಯನ್ನು ಕಳೆದುಕೊಂಡಿಲ್ಲ, ಅಥವಾ ಅವರು ಕಷ್ಟಪಟ್ಟು ಕೆಲಸ ಮಾಡಿದ ಪ್ರಚಾರವನ್ನು ಕಳೆದುಕೊಳ್ಳುವುದಿಲ್ಲ ಅಥವಾ ಕಚೇರಿಯಲ್ಲಿ ಹೆಚ್ಚು ಸಮಯ ಕಳೆಯುವುದಿಲ್ಲೆಂಬ ಆಲೋಚನೆಗಳಲ್ಲ. ಜೀವನವನ್ನು ಹಿಡಿಯದ ಮತ್ತು ಅವರ ಕನಸುಗಳು ಮತ್ತು ನಿಯಮಗಳ ಪ್ರಕಾರ ಬದುಕದ ವಿಷಾದ. ಪ್ರೀತಿಪಾತ್ರರ ಜೊತೆ ಸಾಕಷ್ಟು ಸಮಯವನ್ನು ಕಳೆಯದಿರುವ ವಿಷಾದ, ಹುಟ್ಟುಹಬ್ಬದ ಆಚರಣೆಗಳು, ಶಾಲೆಯ ಆಚರಣೆಗಳನ್ನು ಕಳೆದುಕೊಂಡಿರುವುದು, ಅವರು ಭಾವೋದ್ರಿಕ್ತರಾಗಿರುವ ಎಲ್ಲಾ ಕೆಲಸಗಳನ್ನು ಮಾಡದಿರುವುದು ಮತ್ತು ತಮ್ಮ ಸ್ವಂತ ಅಗತ್ಯಗಳನ್ನು ನಿರ್ಲಕ್ಷಿಸುವುದು. ಈ ರೀತಿಯ ಪಶ್ಚಾತ್ತಾಪದಿಂದ ನೀವು ಅಲ್ಲಿ ಮಲಗಿದ್ದರೆ ಊಹಿಸಿ. ಈ ಅದೃಷ್ಟವನ್ನು ತಪ್ಪಿಸಲು ಒಂದೇ ಒಂದು

ಮಾರ್ಗವಿದೆ, ಮತ್ತು ಅದು ನಿಮ್ಮ ಕನಸುಗಳನ್ನು ಅನುಸರಿಸುವುದು ಮತ್ತು ನಿಮ್ಮ ಪ್ರೀತಿಪಾತ್ರರ ಜೊತೆ ಸಮಯ ಕಳೆಯುವುದು. ನಿಮ್ಮ ವೃತ್ತಿಜೀವನಕ್ಕೆ ನಿಮ್ಮ ಸಂಪೂರ್ಣ ಅಸ್ತಿತ್ವವನ್ನು ಅರ್ಪಿಸಬೇಡಿ ಮತ್ತು ನಿಮ್ಮ ಕುಟುಂಬ, ಸ್ನೇಹಿತರು ಅಥವಾ ಹವ್ಯಾಸಗಳಂತಹ ನಿಮ್ಮ ಜೀವನದ ಕೆಲವು ಅಂಶಗಳನ್ನು ನಿರ್ಲಕ್ಷಿಸಬೇಡಿ. ಬದಲಾಗಿ, ನಿಮಗೆ ಮುಖ್ಯವಾದುದರ ಬಗ್ಗೆ ದೀರ್ಘ ಮತ್ತು ಕಠಿಣವಾಗಿ ಯೋಚಿಸಿ ಮತ್ತು ನೀವು ಮುನ್ನಡೆಸುತ್ತಿರುವ ಜೀವನವು ಹೊಂದಿಕೆಯಾಗದಿದ್ದರೆ, ನೀವು ಕ್ರಮ ತೆಗೆದುಕೊಳ್ಳಬೇಕು. ಕೆಲಸಕ್ಕೆ ಬಂದಾಗ ನಿಮ್ಮ ಸಾಮರ್ಥ್ಯಕ್ಕೆ ತಕ್ಕಂತೆ ಜೀವಿಸಿ, ಆದರೆ ಜೀವನದಲ್ಲಿ ಸರಳ ಸಂತೋಷಗಳನ್ನು ಆನಂದಿಸಿ. ನಿಮ್ಮ ನೆಚ್ಚಿನ ಹವ್ಯಾಸಗಳನ್ನು ಪುನರುಜ್ಜೀವನಗೊಳಿಸಿ, ಅಥವಾ ನೀವು 'ಒಂದು ದಿನ' ರಾಶಿಯಲ್ಲಿ ಇರಿಸಿರುವ ಎಲ್ಲಾ ವಿಷಯಗಳಲ್ಲಿ ಪಾಲ್ಗೊಳ್ಳಿ. ಪ್ರಪಂಚದಿಂದ ಸಂಪರ್ಕ ಕಡಿತಗೊಳಿಸಲು ಸಮಯ ತೆಗೆದುಕೊಳ್ಳಿ. ಸುಮ್ಮನೆ ಕುಳಿತುಕೊಳ್ಳಿ ಮತ್ತು ಎಲ್ಲವನ್ನೂ ತೆಗೆದುಕೊಳ್ಳಿ. ನಾವು ಒಮ್ಮೆ ಮಾತ್ರ ಇಲ್ಲಿದ್ದೇವೆ ಆದ್ದರಿಂದ ನಿಮ್ಮ ಧ್ಯೇಯವು ಬದುಕುವುದು ಮತ್ತು ಆನಂದಿಸುವುದು ಮಾತ್ರ.

ನಾವು ವಯಸ್ಸಾದಂತೆ ನಮ್ಮ ಜವಾಬ್ದಾರಿಗಳು ದ್ವಿಗುಣಗೊಳ್ಳುತ್ತಲೇ ಇರುತ್ತವೆ. ಅಂತ್ಯವಿಲ್ಲದ ಗಂಟೆಗಳ ಕಾಲ ಕೆಲಸ ಮಾಡುವ ಲೋಪದೋಷದಲ್ಲಿ ನಾವು ಶೀಘ್ರದಲ್ಲೇ ಕಂಡುಕೊಳ್ಳುತ್ತೇವೆ ಮತ್ತು ಅಂತಿಮವಾಗಿ ನಮಗಾಗಿ ಸಮಯವನ್ನು ಕಂಡುಕೊಳ್ಳುವುದಿಲ್ಲ. ಆರೋಗ್ಯಕರ ವೃತ್ತಿಪರ ಜೀವನವನ್ನು ಉಳಿಸಿಕೊಳ್ಳಲು ಪ್ರಯತ್ನಿಸುತ್ತಿರುವಾಗ, ನಾವು ಸಾಮಾನ್ಯವಾಗಿ ನಮ್ಮ ವೈಯಕ್ತಿಕ ಜೀವನವನ್ನು ಮರೆತುಬಿಡುತ್ತೇವೆ. ನಮ್ಮ ವೈಯಕ್ತಿಕ ಮತ್ತು ವೃತ್ತಿಪರ ಜೀವನದ ನಡುವೆ ಸಮತೋಲನವನ್ನು ಕಂಡುಕೊಳ್ಳುವುದು ಅದು ಅಂದುಕೊಂಡಷ್ಟು ಸುಲಭವಲ್ಲ ಆದರೆ ಅದು ನಿರ್ಣಾಯಕವಾಗಿದೆ. ಅದಕ್ಕಾಗಿ ಇಲ್ಲಿ ಕೆಲವು ಸಲಹೆಗಳಿವೆ.

1. ನಿಮ್ಮನ್ನು ದೂರ ಮಾಡಬೇಡಿ.

ಜವಾಬ್ದಾರಿಯುತ ವ್ಯಕ್ತಿಯಾಗಿ, ವೈಯಕ್ತಿಕ ಮತ್ತು ವೃತ್ತಿಪರ ಜೀವನವನ್ನು ಹೊಂದಿರುವುದು ಮುಖ್ಯವಾಗಿದೆ. ಈ ಎರಡನ್ನೂ ಮಿಶ್ರಣ ಮಾಡದಂತೆ ಸಲಹೆ ನೀಡಲಾಗುತ್ತದೆ ಮತ್ತು ಮುಖ್ಯವಾಗಿ ಇವುಗಳಿಂದ ದೂರವಿರಬಾರದು. ವೃತ್ತಿಪರ ಸಹಾಯವನ್ನು ಪಡೆಯಿರಿ ಅಥವಾ ನಿಮ್ಮ ಸಮಸ್ಯೆಗಳನ್ನು ಹಂಚಿಕೊಳ್ಳಲು ಜನರೊಂದಿಗೆ ಮಾತನಾಡಿ ಮತ್ತು ನಿಮಗೆ ತೊಂದರೆಯಾಗುತ್ತಿರುವುದನ್ನು ಪರಿಹರಿಸಿ.

2. ವೇಳಾಪಟ್ಟಿಯನ್ನು ಮಾಡಿ

ನಿಮ್ಮ ದಿನವನ್ನು ಆಯೋಜಿಸುವುದು ಮತ್ತು ನಿಮಗ್ಗಾಗಿ ವೇಳಾಪಟ್ಟಿಯನ್ನು ಮಾಡಿಕೊಳ್ಳುವುದು ಒತ್ತಡ-ಮುಕ್ತ ದಿನವನ್ನು ಹೊಂದಲು ಸಹಾಯ ಮಾಡುತ್ತದೆ. ಶಿಸ್ತಿನಿಂದ ವೇಳಾಪಟ್ಟಿಯನ್ನು ಅನುಸರಿಸುವುದು ನಿಮಗೆ ಮತ್ತಷ್ಟು ಸಹಾಯ ಮಾಡುತ್ತದೆ. ನಿಮ್ಮ ವೇಳಾಪಟ್ಟಿಯನ್ನು ಟ್ರಾಕ್ ಮಾಡುವುದರ ಜೊತೆಗೆ, ನಿಮ್ಮ ವೈಯಕ್ತಿಕ ಜೀವನದಲ್ಲಿ ನಿಮ್ಮ ಸುತ್ತಲಿರುವವರ ವೇಳಾಪಟ್ಟಿಯನ್ನು ತಿಳಿದುಕೊಳ್ಳಿ, ಅವರೊಂದಿಗೆ ಸಿಂಕ್ ಮಾಡಿ.

3. ಸಂವಹನ (communication)

ಹೆಚ್ಚಿನ ಸಮಸ್ಯೆಗಳಿಗೆ ಸಂವಹನವು ಪ್ರಮುಖವಾಗಿದೆ. ನಿಮ್ಮ ಸುತ್ತಲಿರುವ ಜನರೊಂದಿಗೆ ಸಂವಹನ ನಡೆಸಿ. ಮಾನಸಿಕ ಆರೋಗ್ಯ ಸಮಸ್ಯೆಗಳನ್ನು ನಿಭಾಯಿಸಲು ಮಾತನಾಡುವುದು ನಿಮಗೆ ಸಹಾಯ ಮಾಡುತ್ತದೆ. ನಿಮ್ಮ ವೈಯಕ್ತಿಕ ಮತ್ತು ವೃತ್ತಿಪರ ಜೀವನದಲ್ಲಿ ಸಂವಹನವು ನಿರ್ಣಾಯಕವಾಗಿದೆ. ಸಂವಹನದ ಕೊರತೆಯು ನಿಮ್ಮ ಮನಸ್ಸಿನಲ್ಲಿ ಗೊಂದಲವನ್ನು ಉಂಟುಮಾಡುತ್ತದೆ ಮತ್ತು ನಿಮ್ಮ ಉತ್ಪಾದಕತೆಯನ್ನು ಕಡಿಮೆ ಮಾಡುತ್ತದೆ.

4. ಈ ಸಮಯದಲ್ಲಿ ಮುಖ್ಯವಾದುದಕ್ಕೆ ಆದ್ಯತೆ ನೀಡಿ.

ನಿಮ್ಮ ಜೀವನದಲ್ಲಿ ಈವೆಂಟ್ ಮುಖ್ಯವಾದ ಸಂದರ್ಭಗಳು ಇರಬಹುದು ಮತ್ತು ನೀವು ಅದಕ್ಕೆ ಆದ್ಯತೆ ನೀಡಬೇಕು. ನೀವು ಒಂದು ಪ್ರಮುಖ ಘಟನೆಯನ್ನು ಹೊಂದಿದ್ದರೆ, ಅದು ನಿಮ್ಮ ವೈಯಕ್ತಿಕ ಜೀವನದಲ್ಲಿ ಅಥವಾ ವೃತ್ತಿಪರವಾಗಿರಲಿ, ಆ ಕ್ಷಣಕ್ಕೆ ಆದ್ಯತೆ ನೀಡಿ. ಇದರೊಂದಿಗೆ, ನೀವು ಸಮತೋಲನವನ್ನು ಕಂಡುಕೊಳ್ಳಲು ಮತ್ತು ಕ್ಷಣದಲ್ಲಿ ಬದುಕಲು ಸಾಧ್ಯವಾಗುತ್ತದೆ.

5. ಹಣಕಾಸು ನಿರ್ವಹಿಸಿ

ಉದ್ಯೋಗಗಳು ನಿಮಗೆ ಹಣ ಗಳಿಸಲು ಮತ್ತು ಆರ್ಥಿಕವಾಗಿ ಸ್ಥಿರವಾಗಿರಲು ಸಹಾಯ ಮಾಡುತ್ತದೆ. ನಿಮ್ಮ ಕಷ್ಟಪಟ್ಟು ಸಂಪಾದಿಸಿದ ಹಣವು ವ್ಯರ್ಥವಾಗುವುದನ್ನು ನೀವು ಬಯಸುವುದಿಲ್ಲ ಮತ್ತು ಆಗ ಹಣಕಾಸು ನಿರ್ವಹಣೆಯು ಮುಖ್ಯವಾಗುತ್ತದೆ. ಇದು ನಿಮಗೆ ಸ್ಥಿರವಾದ ಜೀವನವನ್ನು ಹೊಂದಲು ಸಹಾಯ ಮಾಡುತ್ತದೆ ಮತ್ತು ಭವಿಷ್ಯಕ್ಕಾಗಿ ಹಣವನ್ನು ಉಳಿಸಲು ಸಹಾಯ ಮಾಡುತ್ತದೆ.

ಪ್ರತಿಬಿಂಬದ ಸಮಯ: ಇದೀಗ ನಿಮ್ಮ ಜೀವನ ಹೇಗಿದೆ? ಇದು ಸಮತೋಲಿತವಾಗಿದೆಯೇ? ನೀವು ಒಂದು ಪ್ರದೇಶಕ್ಕೆ ಹೆಚ್ಚಿನ ಶಕ್ತಿಯನ್ನು ಸುರಿಯುತ್ತಿದ್ದೀರಾ ಮತ್ತು ಇತರರನ್ನು ನಿರ್ಲಕ್ಷಿಸುತ್ತಿದ್ದೀರಾ? ನಿಮ್ಮೊಂದಿಗೆ

ಪ್ರಾಮಾಣಿಕವಾಗಿರಿ ಮತ್ತು ಉತ್ತಮವಾದ ಪ್ರಕಾಶಮಾನವಾದ ಜೀವನವನ್ನು ನಡೆಸಲು ನಿಮಗೆ ಅಗತ್ಯವಿರುವ ಬದಲಾವಣೆಗಳನ್ನು ಮಾಡಿ.

ನಾವೆಲ್ಲರೂ ನಮ್ಮ ಭಾವನೆಗಳ ಮೇಲೆ ನಿಯಂತ್ರಣ ಹೊಂದಿಲ್ಲ; ಆದಾಗ್ಯೂ, ನಮ್ಮ ಆಲೋಚನೆಗಳು ಮತ್ತು ಕಾರ್ಯಗಳ ಮೇಲೆ ನಾವು 100% ಶಕ್ತಿಯನ್ನು ಹೊಂದಿದ್ದೇವೆ.

13

ಜೀವನದ ಉದ್ದೇಶವನ್ನು ತಿಳಿಯಿರಿ

ರಸ್ತೆ ನಕ್ಷೆಯಿಲ್ಲದೆ ನಾವು ಹೊಸ ಪ್ರದೇಶಕ್ಕೆ ಆತ್ಮವಿಶ್ವಾಸದಿಂದ ಹೋಗಬಹುದೇ? ಇದು ಬಹಳಷ್ಟು ಅನಿಶ್ಚಿತತೆ, ಆತಂಕ, ಒತ್ತಡ, ಗುರಿಯಿಲ್ಲದ ಪ್ರಯಾಣ ಮತ್ತು ಜೀವನದಲ್ಲಿ ಆಸಕ್ತಿಯ ಕೊರತೆಯನ್ನು ಉಂಟುಮಾಡುತ್ತದೆ ಎಂದು ನನಗೆ ಖಾತ್ರಿಯಿದೆ. ಜೀವನದ ಉದ್ದೇಶದ ನೀಲನಕ್ಷೆಯನ್ನು ಹೊಂದಿರುವುದು ಆತ್ಮವಿಶ್ವಾಸ, ದಿಕ್ಕಿನ ಪ್ರಜ್ಞೆ, ಜೀವನವನ್ನು ಪೂರ್ಯೈಸುತ್ತದೆ.

ನಿಮ್ಮ ಜೀವನದ ಉದ್ದೇಶವು ನಿಮ್ಮ ಜೀವನದ ಕೇಂದ್ರ ಪ್ರೇರಕ ಗುರಿಗಳನ್ನು ಒಳಗೊಂಡಿದೆ - ನೀವು ಪ್ರತಿದಿನ ಬೆಳಿಗ್ಗೆ ಒತ್ತಾಯಿಸದೆ ಎದ್ದೇಳಲು ಕಾರಣಗಳು.

ಜೀವನದ ಉದ್ದೇಶವು ಜೀವನದ ನಿರ್ಧಾರಗಳಿಗೆ ಮಾರ್ಗದರ್ಶನ ನೀಡುತ್ತದೆ, ನಡವಳಿಕೆಯನ್ನು ಪ್ರಭಾವಿಸುತ್ತದೆ, ಗುರಿಗಳನ್ನು ರೂಪಿಸುತ್ತದೆ, ದಿಕ್ಕಿನ ಪ್ರಜ್ಞೆಯನ್ನು ನೀಡುತ್ತದೆ ಮತ್ತು ಅರ್ಥವನ್ನು ಸೃಷ್ಟಿಸುತ್ತದೆ. ಜೀವನದ ಉದ್ದೇಶವು ವಿಭಿನ್ನ ಜನರಿಗೆ ವಿಭಿನ್ನವಾಗಿರಬಹುದು. ಉದ್ದೇಶವು ವೃತ್ತಿಗೆ ಸಂಬಂಧಿಸಿದೆ - ಅರ್ಥಪೂರ್ಣ, ತೃಪ್ತಿಕರ ಕೆಲಸ. ಕೆಲವರಿಗೆ, ಉದ್ದೇಶವು ಅವರ ಕುಟುಂಬ ಅಥವಾ ಸ್ನೇಹಿತರಿಗೆ ಜವಾಬ್ದಾರಿಗಳಲ್ಲಿ ಇರುತ್ತದೆ. ಕೆಲವರು ಆಧ್ಯಾತ್ಮಿಕತೆ ಅಥವಾ ಧಾರ್ಮಿಕ ನಂಬಿಕೆಗಳ ಮೂಲಕ ಅರ್ಥವನ್ನು ಹುಡುಕುತ್ತಾರೆ. ಕೆಲವು ಜನರು ತಮ್ಮ ಉದ್ದೇಶವನ್ನು ಜೀವನದ ಈ ಎಲ್ಲಾ ಅಂಶಗಳಲ್ಲಿ ಸ್ಪಷ್ಟವಾಗಿ ವ್ಯಕ್ತಪಡಿಸಬಹುದು.

ಉದ್ದೇಶವು ಪ್ರತಿಯೊಬ್ಬರಿಗೂ ಅನನ್ಯವಾಗಿರುತ್ತದೆ; ನಿಮ್ಮ ಮಾರ್ಗವೆಂದು ನೀವು ಗುರುತಿಸುವ ಮಾರ್ಗವು ಇತರರಿಂದ ಭಿನ್ನವಾಗಿರಬಹುದು. ನಿಮ್ಮ ಸ್ವಂತ ಅನುಭವಗಳ ವಿಕಸನದ ಆದ್ಯತೆಗಳು ಮತ್ತು ಏರಿಳಿತಗಳಿಗೆ ಪ್ರತಿಕ್ರಿಯೆಯಾಗಿ ನಿಮ್ಮ ಉದ್ದೇಶವು ನಿಜವಾಗಿ ಬದಲಾಗಬಹುದು ಮತ್ತು ಜೀವನದುದ್ದಕ್ಕೂ ಬದಲಾಗಬಹುದು.

ನಿಮ್ಮ ಜೀವನದ ಉದ್ದೇಶವನ್ನು ಪ್ರತಿಬಿಂಬಿಸುವಾಗ ಉದ್ಭವಿಸಬಹುದಾದ ಪ್ರಶ್ನೆಗಳು:

ನಾನು ಪ್ರತಿದಿನ ಹಾಸಿಗೆಯಿಂದ ಏಕೆ ಏಳಬೇಕು?

ನಾನು ಯಾರು?

ನಾನು ಎಲ್ಲಿಗೆ ಸೇರಿದ್ದೇನೆ?

ನಾನೇಕೆ ಬದುಕಿದ್ದೇನೆ?

ಉದ್ದೇಶಪೂರ್ವಕವಾಗಿ ಬದುಕುವುದು ಜೀವಂತ, ಸ್ಪಷ್ಟ ಮತ್ತು ಅಧಿಕೃತ ಎಂದು ಭಾವಿಸುತ್ತದೆ.

ಉದ್ದೇಶವು ನಿರ್ದಿಷ್ಟ ಭಾವನಾತ್ಮಕ ಮತ್ತು ಮಾನಸಿಕ ಪ್ರಯೋಜನಗಳನ್ನು ನೀಡುತ್ತದೆ.

ಉದ್ದೇಶವು ದೈಹಿಕ ಆರೋಗ್ಯದ ಮೇಲೆ ಪ್ರಭಾವ ಬೀರಬಹುದು ಮತ್ತು ದೀರ್ಘಕಾಲ ಬದುಕಲು ಸಹಾಯ ಮಾಡುತ್ತದೆ.

ಉದ್ದೇಶವು ಉತ್ತಮ ಸಂಬಂಧಗಳಿಗೆ ಕಾರಣವಾಗುತ್ತದೆ.

ಉದ್ದೇಶವು ನೋವು ನಿರ್ವಹಣೆಗೆ ಧನಾತ್ಮಕವಾಗಿ ಪರಿಣಾಮ ಬೀರುತ್ತದೆ.

ಗುರಿಯೊಂದಿಗೆ ಬದುಕುವುದು ಸ್ಥಿತಿಸ್ಥಾಪಕತ್ವವನ್ನು ಉತ್ತೇಜಿಸುತ್ತದೆ. ಅವರಿಗೆ ಸಂಭವಿಸುವ ವಿಷಯಗಳಲ್ಲಿ ಅವರು ಅರ್ಥವನ್ನು ಕಂಡುಕೊಳ್ಳಲು ಸಮರ್ಥರಾಗಿದ್ದಾರೆ. ಈ ಜನರು ಅರಿವಿನ ಸಂದರ್ಭಗಳನ್ನು ಮರುಮೌಲ್ಯಮಾಪನ ಮಾಡಲು ಮತ್ತು ಭಾವನೆಗಳನ್ನು ನಿಯಂತ್ರಿಸಲು ಸಾಧ್ಯವಾಗುತ್ತದೆ.

ನಿಮ್ಮ ಉತ್ಸಾಹವನ್ನು ಜೀವಂತವಾಗಿರಿಸುವ ದೈನಂದಿನ ಕೆಲಸದೊಂದಿಗೆ ಉದ್ದೇಶವು ಶಿಸ್ತನ್ನು ಸಂಪರ್ಕಿಸುತ್ತದೆ.

ಉದ್ದೇಶವು ವೈಯಕ್ತಿಕ ಹೊಣೆಗಾರಿಕೆಯೊಂದಿಗೆ, ನಿಮ್ಮ ಉದ್ದೇಶಗಳು ಮತ್ತು ಕಾರ್ಯಗಳಿಗೆ ಜವಾಬ್ದಾರಿಯನ್ನು ತೆಗೆದುಕೊಳ್ಳುವ ಸಾಮರ್ಥ್ಯ ಹೊದಗಿಸುತ್ತದೆ.

ಉದ್ದೇಶವು ಸಮುದಾಯದೊಂದಿಗೆ ಸಂಪರ್ಕಿಸುತ್ತದೆ, ಸ್ನೇಹಿತರನ್ನು ಮಾಡಿಕೊಳ್ಳುವುದು, ಮಾರ್ಗದರ್ಶಕರನ್ನು ಹುಡುಕುವುದು ಮತ್ತು ಇತರ

ಜನರೊಂದಿಗೆ ಹಂಚಿಕೊಳ್ಳುವುದು, ಸಾಮಾನ್ಯ ಗುರಿಗಾಗಿ ಕೆಲಸ ಮಾಡುವುದು.

ಉದ್ದೇಶವು ವಿನೋದದೊಂದಿಗೆ ಸಂಪರ್ಕಗೊಳ್ಳುತ್ತದೆ, ಏಕೆಂದರೆ ನಾವು ಮಾಡುತ್ತಿರುವುದನ್ನು ನಾವು ಆನಂದಿಸುತ್ತೇವೆ.

ಉದ್ದೇಶವು ಸಮರ್ಥನೀಯತೆಯೊಂದಿಗೆ ಸಂಪರ್ಕಿಸುತ್ತದೆ ಏಕೆಂದರೆ ಅದು ಕ್ಷಣಿಕ ವ್ಯಾಮೋಹವನ್ನು ಮೀರಿಸುತ್ತದೆ.

ಪ್ರತಿಬಿಂಬ, ಧ್ಯಾನ ಮತ್ತು ಜರ್ನಲಿಂಗ್ ಮೂಲಕ ಉದ್ದೇಶವನ್ನು ಹುಡುಕುವಲ್ಲಿ ನೀವು ಕೆಲಸ ಮಾಡಬಹುದು.

ಪ್ರತಿಬಿಂಬದ ಸಮಯ: ಒಂದು ವರ್ಷದ ಅವಧಿಯಲ್ಲಿ ನಿಮ್ಮನ್ನು ನೀವು ಎಲ್ಲಿ ನೋಡುತ್ತೀರಿ? ಐದು ವರ್ಷಗಳಲ್ಲಿ ನೀವು ಎಲ್ಲಿರಲು ಬಯಸುತ್ತೀರಿ? ಯಾರೊಂದಿಗೆ ಮತ್ತು ಹೇಗೆ?

ದೊಡ್ಡ ಕನಸು ಕಾಣಿ ಮತ್ತು ನಿಮ್ಮ ಜೀವನವು ದೊಡ್ಡದಾಗುತ್ತದೆ!

14

ಒಳ್ಳೆಯ ಸಹವಾಸ ಪಡೆಯಿರಿ (ಫ್ರೆಂಡ್ ರೈಟ್ ಅಸೋಸಿಯೇಷನ್)

ನೀವು ಹೆಚ್ಚು ಸಮಯ ಕಳೆಯುವ ಐದು ಜನರ ಸರಾಸರಿ - ಜಿಮ್ ರೋಹ್ನ್

ನೀವು ಯಾರೊಂದಿಗೆ ಸಮಯ ಕಳೆಯುತ್ತೀರಿ ಮತ್ತು ನೀವು ವ್ಯಕ್ತಿಯೊಂದಿಗೆ ಏಕೆ ಸಂಪರ್ಕದಲ್ಲಿದ್ದೀರಿ ಎಂಬುದರ ಬಗ್ಗೆ ಗಮನವಿರಲಿ. ಈ ಜನರು ನಿಮ್ಮ ದೈಹಿಕ, ಮಾನಸಿಕ, ಭಾವನಾತ್ಮಕ, ಸಾಮಾಜಿಕ ಆರೋಗ್ಯ ಮತ್ತು ನಿಮ್ಮ ಜೀವನದ ಒಟ್ಟಾರೆ ಗುಣಮಟ್ಟದ ಮೇಲೆ ಪ್ರಭಾವ ಬೀರುತ್ತಾರೆ. ನಿಮ್ಮ ಸಕಾರಾತ್ಮಕ ಮನಸ್ಸಿನ ಆಹಾರ ಮತ್ತು ಆರೋಗ್ಯಕರ ದೇಹದ ಆಹಾರದಷ್ಟೇ ನಿಮ್ಮ ಸಂಘಗಳು ಮುಖ್ಯವಾಗಿವೆ.

ಕೆಲವು ವರ್ಷಗಳ ಹಿಂದೆ, ನಾನು ಪ್ರತಿಬಿಂಬದ ಬಿಂದುವಾಗಿ ಬಳಸಲು ಸ್ನೇಹಿತರ ಪಟ್ಟಿಯನ್ನು ಮಾಡಿದ್ದೇನೆ. ವೈಯಕ್ತಿಕ ಅಭಿವೃದ್ಧಿಗಾಗಿ ನಾನು ಮಾಡಿದ ಅತ್ಯುತ್ತಮ ಕೆಲಸಗಳಲ್ಲಿ ಇದು ಒಂದಾಗಿದೆ. ನಾನು ಈ ಪ್ರಶ್ನೆಗಳನ್ನು ಕೇಳಿದೆ:

ಅವರು ಹೇಗಿದ್ದಾರೆ? ಈಡೇರಿದೆಯೇ? ನಿರಾಶೆಗೊಂಡ?

ಯಾವ ವರ್ತನೆಗಳು, ನಡವಳಿಕೆಗಳು ಮತ್ತು ಆಯ್ಕೆಗಳು ಅವರ ನೆರವೇರಿಕೆಯನ್ನು ಉತ್ಕೃಷ್ಟಗೊಳಿಸುತ್ತವೆ ಅಥವಾ ಅವರ ಹತಾಶೆಯನ್ನು ಹೆಚ್ಚಿಸುತ್ತವೆ?

ಅವರಿಂದ ಉತ್ತಮವಾಗಿ ಸೇವೆ ಸಲ್ಲಿಸುವ ಗುಣಮಟ್ಟವನ್ನು ನಾನು ಹೇಗೆ ಅನುಕರಿಸಬಹುದು?

ಅವರ ಉದಾಹರಣೆಯಿಂದ ನಾನು ಹೇಗೆ ಎಚ್ಚರಿಕೆಯನ್ನು ತೆಗೆದುಕೊಳ್ಳಬಹುದು?

ಕಠಿಣ ನಿರ್ಧಾರಗಳನ್ನು ಎದುರಿಸುವಾಗ, "ಈ ಪರಿಸ್ಥಿತಿಯಲ್ಲಿ (ಹೆಸರನ್ನು ಸೇರಿಸಿ) ಏನು ಮಾಡುತ್ತಿದ್ದರು?" ಎಂದು ನಾನು ನನ್ನನ್ನು ಕೇಳಿಕೊಳ್ಳುತ್ತೇನೆ.

ನನ್ನ ಜೀವನದಲ್ಲಿ ಸಾಧಕರು ತುರ್ತು ಕ್ರಮದ ಕಡೆಗೆ ನನ್ನನ್ನು ತಳ್ಳುತ್ತಾರೆ. ಸಾಧಕರಿಂದ ನಾನು ತೆಗೆದುಕೊಳ್ಳುವ ಎಚ್ಚರಿಕೆಯಿಂದರೆ ಪ್ರಕ್ರಿಯೆಯನ್ನು ಆನಂದಿಸಿ ಮತ್ತು ಜನರ ಮೇಲೆ ಬೌಲ್ ಮಾಡಬೇಡಿ.

ಪರಾನುಭೂತಿಗಳು ನನ್ನನ್ನು ಇತರರ ಪರಿಗಣನೆಯ ಕಡೆಗೆ ತಳ್ಳುತ್ತವೆ. Empaths ನಿಂದ ನಾನು ತೆಗೆದುಕೊಳ್ಳುವ ಎಚ್ಚರಿಕೆ ಏನೆಂದರೆ ವಿಷಯಗಳನ್ನು ನಿಜವಾಗಿರುವುದಕ್ಕಿಂತ ಗಟ್ಟಿಗೊಳಿಸಬೇಡಿ.

ಆಶಾವಾದಿ ಸ್ನೇಹಿತರು ನನಗೆ ಹಗುರಾಗಲು ಕಲಿಸುತ್ತಾರೆ. ಉತ್ತಮ ಭಾಗವನ್ನು ನೋಡಿ. ಆಶಾವಾದದ ಬೆದರಿಕೆ ತೊಂದರೆಗಳನ್ನು ಕಡಿಮೆ ಅಂದಾಜು ಮಾಡುವುದು.

ಸಂಬಂಧಗಳನ್ನು ನಿರ್ಮಿಸಲು ಮತ್ತು ನಿರ್ವಹಿಸಲು ವೂಸ್ಟ್ ನನಗೆ ನೆನಪಿಸುತ್ತಾರೆ. ವೂಸ್ಟ್ ಬೆದರಿಕೆಯ ತುಂಬಾ ಮಾತನಾಡುವುದು ಮತ್ತು ತುಂಬಾ ಕಡಿಮೆ ಕೇಳುವುದು.

ನನ್ನ ಜೀವನದಲ್ಲಿ ಕಮಾಂಡರ್‌ಗಳು ತ್ವರಿತವಾಗಿ ನಿರ್ಧಾರಗಳನ್ನು ತೆಗೆದುಕೊಳ್ಳಲು ನನಗೆ ಕಲಿಸುತ್ತಾರೆ. ಕಮಾಂಡರ್‌ಗಳಿಂದ ನಾನು ತೆಗೆದುಕೊಳ್ಳುವ ಎಚ್ಚರಿಕೆಯಿಂದರೆ ಜನರು ತಮ್ಮ ದೌರ್ಬಲ್ಯಗಳಲ್ಲಿ ಕಾರ್ಯನಿರ್ವಹಿಸಬೇಕೆಂದು ನಿರೀಕ್ಷಿಸಬೇಡಿ.

ವೀಕ್ಷಣೆ:

ಉದ್ದೇಶ, ಉತ್ಸಾಹ, ವೈಯಕ್ತಿಕ ಅಭಿವೃದ್ಧಿ ಮತ್ತು ಬೆಳವಣಿಗೆಗೆ ಆಳವಾದ ಬದ್ಧತೆಯನ್ನು ಹೊಂದಿರುವವರು ಹೆಚ್ಚಿನ ಅವಕಾಶ ಮತ್ತು ಕೊಡುಗೆಯನ್ನು ಅನುಭವಿಸುತ್ತಾರೆ. ಅವರು ಸಾಮಾನ್ಯವಾಗಿ ಹತಾಶೆಯ ಮಾದರಿಗಳನ್ನು ಜಯಿಸುತ್ತಾರೆ.

ಪ್ರತಿಫಲನ ಸಮಯ: ನೀವು ಸಮಯ ಕಳೆಯುವ ಜನರ ಪಟ್ಟಿಯನ್ನು ಮಾಡಿ ಮತ್ತು ಅವರ ಪ್ರತಿಯೊಂದು ಸಾಮರ್ಥ್ಯಗಳನ್ನು ಆತ್ಮಾವಲೋಕನ ಮಾಡಲು ಸಮಯ ತೆಗೆದುಕೊಳ್ಳಿ. ಭವಿಷ್ಯಕ್ಕಾಗಿ ನೀವು ಹೀರಿಕೊಳ್ಳಲು ಬಯಸುವ

ಪ್ರಭಾವಗಳ ಬಗ್ಗೆ ಜಾಗೃತರಾಗಿರಿ.

ಪ್ರಭಾವಗಳ ಬಗ್ಗೆ ಜಾಗೃತರಾಗಿರಿ.

15
ಕೃತಜ್ಞತೆಯ ಮನೋಭಾವ

ಕೃತಜ್ಞತೆಯ ಜನರು ಹೆಚ್ಚು ಸಕಾರಾತ್ಮಕ ಭಾವನೆಗಳನ್ನು ಅನುಭವಿಸಲು, ಉತ್ತಮ ಅನುಭವಗಳನ್ನು ಅನುಭವಿಸಲು, ಅವರ ಆರೋಗ್ಯವನ್ನು ಸುಧಾರಿಸಲು, ಪ್ರತಿಕೂಲತೆಯನ್ನು ಎದುರಿಸಲು ಮತ್ತು ಬಲವಾದ ಸಂಬಂಧಗಳನ್ನು ನಿರ್ಮಿಸಲು ಸಹಾಯ ಮಾಡುತ್ತದೆ.

ಧನ್ಯವಾದ ಮತ್ತು ಕೃತಜ್ಞತೆಯ ನಡುವೆ ದೊಡ್ಡ ವ್ಯತ್ಯಾಸವಿದೆ. ಧನ್ಯವಾದ ಒಂದು ಭಾವನೆ ಮತ್ತು ಕೃತಜ್ಞರಾಗಿರುವುದು ಒಂದು ಕ್ರಿಯೆಯಾಗಿದೆ. ಸುತ್ತಲೂ ನೋಡುವುದು ಮತ್ತು ಧನ್ಯವಾದ ಹೇಳುವುದು ಸುಲಭ. ಕೃತಜ್ಞತೆಯ ದಯೆಯ ಮೆಚ್ಚುಗೆಯನ್ನು ತೋರಿಸುತ್ತಿದೆ.

ಕೃತಜ್ಞತೆಯ ವರ್ತನೆ ಎಂದರೆ ನಿಮ್ಮ ಜೀವನದ ಎಲ್ಲಾ ಭಾಗಗಳಲ್ಲಿ, ನಿಯಮಿತವಾಗಿ, ದೊಡ್ಡ ಮತ್ತು ಸಣ್ಣ ವಿಷಯಗಳಿಗೆ ಸಮಾನವಾಗಿ ಮೆಚ್ಚುಗೆಯನ್ನು ವ್ಯಕ್ತಪಡಿಸುವ ಅಭ್ಯಾಸವನ್ನು ಮಾಡುವುದು. "ನೀವು ಹೊಂದಿರುವುದನ್ನು ನೀವು ಕೇಂದ್ರೀಕರಿಸಿದರೆ, ನೀವು ಯಾವಾಗಲೂ ಹೆಚ್ಚಿನದನ್ನು ಹೊಂದಿರುತ್ತೀರಿ."

ಪ್ರಯೋಜನಗಳು

ಕೃತಜ್ಞತೆಯು ನಿಮಗೆ ತೃಪ್ತಿಯನ್ನುಂಟು ಮಾಡುತ್ತದೆ.

ಕೃತಜ್ಞತೆಯನ್ನು ಅಭ್ಯಾಸ ಮಾಡುವುದು ತೃಪ್ತಿ ಮತ್ತು ಜೀವನ ತೃಪ್ತಿಯನ್ನು ಹೆಚ್ಚಿಸಲು ಅತ್ಯಂತ ವಿಶ್ವಾಸಾರ್ಹ ವಿಧಾನಗಳಲ್ಲಿ ಒಂದಾಗಿದೆ.

ಇದು ಆಶಾವಾದ, ಸಂತೋಷ, ಉತ್ಸಾಹ ಮತ್ತು ಇತರ ಸಕಾರಾತ್ಮಕ ಭಾವನೆಗಳ ಭಾವನೆಗಳನ್ನು ಹೆಚ್ಚಿಸುವ ಮೂಲಕ ಮನಸ್ಥಿತಿಯನ್ನು ಸುಧಾರಿಸುತ್ತದೆ.

ಕೃತಜ್ಞತೆಯ ಆತಂಕ ಮತ್ತು ಖಿನ್ನತೆಯನ್ನು ಕಡಿಮೆ ಮಾಡುತ್ತದೆ.

ಕೃತಜ್ಞತೆಯ ಮನೋಭಾವವನ್ನು ಹೇಗೆ ಬೆಳೆಸುವುದು?

1. ಅದನ್ನು ಬರೆಯಿರಿ.

ಕೃತಜ್ಞತೆಯ ಜರ್ನಲ್ ಅನ್ನು ಇರಿಸಿ. ಕನಿಷ್ಠ 21 ದಿನಗಳವರೆಗೆ ಇದನ್ನು ಪ್ರಯತ್ನಿಸಿ. ನೀವು ಯಾವುದನ್ನು ಮೆಚ್ಚುತ್ತೀರಿ ಎಂಬುದರ ಕುರಿತು ನಿರ್ದಿಷ್ಟವಾಗಿರಿ. ಕಾಲಾನಂತರದಲ್ಲಿ ನಿಮ್ಮ ಆಲೋಚನೆಗಳು ಹೇಗೆ ಬೆಳೆಯುತ್ತವೆ ಎಂಬುದನ್ನು ವೀಕ್ಷಿಸಿ. ನೀವು ಸರಳವಾಗಿ ಪ್ರಾರಂಭಿಸಬಹುದು, ಆದರೆ ನೀವು ಕಥೆಗಳು ಮತ್ತು ಬಣ್ಣವನ್ನು ಸೇರಿಸಿದಾಗ, ಅದು ಹೆಚ್ಚು ಶಕ್ತಿಯುತವಾಗುತ್ತದೆ.

ನೀವು ಕೃತಜ್ಞತೆಯನ್ನು ಅಭ್ಯಾಸ ಮಾಡಿದಾಗ, ಇತರರ ಕಡೆಗೆ ಗೌರವದ ಭಾವನೆ ಇರುತ್ತದೆ. - ದಲ್ಯ ಲಾಮಾ

2. ಅದರ ಬಗ್ಗೆ ಮಾತನಾಡಿ.

ನೀವು ಧನ್ಯವಾದಗಳನ್ನು ಹಂಚಿಕೊಳ್ಳುವುದು ಕೇವಲ ವಿಶೇಷ ಸಂದರ್ಭ ಅಥವಾ ವಿಶೇಷ ವ್ಯಕ್ತಿಗಳಿಗಾಗಿ ಅಲ್ಲ. ವರ್ಷಪೂರ್ತಿ ನೀವು ಕೃತಜ್ಞರಾಗಿರುವುದರ ಬಗ್ಗೆ ಮಾತನಾಡುವುದನ್ನು ಅಭ್ಯಾಸ ಮಾಡಿಕೊಳ್ಳಿ. ಇದು ನಿಮ್ಮ ಭಾವನೆಗಳನ್ನು ಬಲಪಡಿಸುತ್ತದೆ.

3. ಧ್ಯಾನ ಮಾಡಿ.

ನೀವು ನಿಯಮಿತವಾಗಿ ಧ್ಯಾನ ಮಾಡುತ್ತಿರಲಿ ಅಥವಾ ಮಾಡದಿರಲಿ, ದಿನಕ್ಕೆ ಕೆಲವು ಬಾರಿ ವಿರಾಮ ತೆಗೆದುಕೊಳ್ಳಿ. ಕೃತಜ್ಞತೆಯ ಮನೋಭಾವದ ಮೇಲೆ ಕೇಂದ್ರೀಕರಿಸಿ. ನೀವು ಯಾರಿಗೆ ಕೃತಜ್ಞರಾಗಿರುವಿರಿ? ವ್ಯಕ್ತಿಯನ್ನು ಮನಸ್ಸಿಗೆ ತನ್ನಿ. ನಿಮ್ಮ ಜೀವನವನ್ನು ಆಶೀರ್ವಾದದಿಂದ ಸುತ್ತುವರೆದಿರುವುದನ್ನು ಕಲ್ಪಿಸಿಕೊಳ್ಳಿ.

"ದೇವರು ಇಂದು ನಿಮಗೆ 86,400 ಸೆಕೆಂಡುಗಳ ಉಡುಗೊರೆಯನ್ನು ನೀಡಿದ್ದಾನೆ. ಧನ್ಯವಾದ ಹೇಳಲು ನೀವು ಅವುಗಳಲ್ಲಿ ಒಂದನ್ನು ಬಳಸಿದ್ದೀರಾ?"

- ವಿಲಿಯಂ ಆರ್ಥರ್ ವಾರ್ಡ್

4. ಅದನ್ನು ವ್ಯಕ್ತಪಡಿಸಿ.

ನಿಮ್ಮ ಜೀವನದಲ್ಲಿ ಬದಲಾವಣೆ ಮಾಡಿದ ಶಿಕ್ಷಕರನ್ನು ಹುಡುಕಿ ಮತ್ತು ಅವರಿಗೆ ತಿಳಿಸಿ. ವೈಯಕ್ತಿಕ ಟಿಪ್ಪಣಿಯನ್ನು ಬರೆಯಿರಿ ಮತ್ತು ದೀರ್ಘ-ಕಳೆದುಹೋದ ಸ್ನೇಹಿತನಿಗೆ ಅವಳು ನಿಮಗೆ ಏನನ್ನು ಅರ್ಥಮಾಡಿಕೊಂಡಿದ್ದಾಳೆಂದು ತಿಳಿಸಿ.

5. ಅದನ್ನು ಹುಡುಕಿ.

ನೀವು ಕೃತಜ್ಞರಾಗಿರಲು ಬಯಸಿದರೆ, ಆ ಗುಣಲಕ್ಷಣದೊಂದಿಗೆ ಜನರನ್ನು ಸುತ್ತಿಕೊಳ್ಳಿ. ಕೆಲವು ಜನರು ಕೇವಲ ಜೀವನಕ್ಕಾಗಿ ಉತ್ಸಾಹ ಮತ್ತು ಕೃತಜ್ಞತೆಯಿಂದ ಬಬಲ್ ಮಾಡುತ್ತಾರೆ. ನಾನು ಒಮ್ಮೆ ಜೀವನದ ಬಗ್ಗೆ ಉತ್ಸುಕನಾಗಿದ್ದ ಒಬ್ಬ ವಯಸ್ಸಾದ ಮಹಿಳೆಯನ್ನು ಭೇಟಿಯಾದೆ. ಅವಳು ನರ್ಸಿಂಗ್ ಹೋಮ್‌ನಲ್ಲಿದ್ದಳು ಮತ್ತು ಗಂಟೆಗಳ ಕಾಲ ದೂರು ನೀಡಬಹುದಿತ್ತು. ಬದಲಾಗಿ, ಅವಳು ನನ್ನನ್ನು ತನ್ನ ಕೋಣೆಗೆ ಸ್ವಾಗತಿಸಿದಳು ಮತ್ತು ತನ್ನ ಕಿಟಕಿಯ ಹೊರಗೆ ಪಕ್ಷಿಗಳ ಬಗ್ಗೆ ಹೇಳಲು ಪ್ರಾರಂಭಿಸಿದಳು. ಅವರ ಕಂಪನಿಗೆ, ಬೆಳಿಗ್ಗೆ ಅವರ ಹಾಡಿಗೆ ಮತ್ತು ಅವರ ರೋಮಾಂಚಕ ಬಣ್ಣಗಳಿಗೆ ಅವಳು ಕೃತಜ್ಞಳಾಗಿದ್ದಳು. ನಾನು ಅವಳ ಮಾತುಗಳನ್ನು ಕೇಳುತ್ತಿದ್ದಂತೆ, ನನಗೆ ಆ ವಿಶೇಷ ಸ್ಪಾರ್ಕ್ ಬೇಕು ಎಂದು ನಾನು ಅರಿತುಕೊಂಡೆ.

"ಜೀವನವು 10% ನಿಮಗೆ ಏನಾಗುತ್ತದೆ ಮತ್ತು 90% ನೀವು ಅದಕ್ಕೆ ಹೇಗೆ ಪ್ರತಿಕ್ರಿಯಿಸುತ್ತೀರಿ." - ಚಕ್ ಸ್ವಿಂಡೋಲ್

ನಾನು ಬೆಳಿಗ್ಗೆ ಎದ್ದು ಮೊದಲು ಮಾಡುವ ವಿಷಯ, ನಾನು ಜೀವಂತವಾಗಿದ್ದೇನೆ ಎಂದು ನಾನು ಕೃತಜ್ಞಳಾಗಿದ್ದೇನೆ ಮತ್ತು ಕಲಿಯಲು, ಬದುಕಲು ಮತ್ತು ಅನುಭವಿಸಲು ಇನ್ನು 1 ದಿನವಿದೆ ಎಂದು ನಾನು ಕೃತಜ್ಞಳಾಗಿದ್ದೇನೆ. ನಾನು ಇನ್ನೂ ಉಸಿರಾಡುತ್ತಿದ್ದೇನೆ ಎಂದು ನಾನು ಕೃತಜ್ಞಳಾಗಿದ್ದೇನೆ.

ಇತರರ ಮೇಲೆ ಅವಲಂಬಿತರಾಗದೆ ನನ್ನ ಸ್ವಂತ ಕೆಲಸಗಳನ್ನು ಮಾಡಲು ನಾನು ಇನ್ನೂ ಸಮರ್ಥಳಾಗಿದ್ದೇನೆ ಎಂದು ನಾನು ಕೃತಜ್ಞಳಾಗಿದ್ದೇನೆ.

ನಾನು ಅದನ್ನು ಪುಸ್ತಕದಲ್ಲಿ ಬರೆಯುವುದನ್ನು ಪ್ರತಿದಿನ ಒಂದು ಆಚರಣೆಯನ್ನಾಗಿ ಮಾಡುತ್ತೇನೆ ಇದರಿಂದ ನಾನು ಸಕಾರಾತ್ಮಕ ಮನಸ್ಥಿತಿಯಲ್ಲಿರುತ್ತೇನೆ ಮತ್ತು ನನ್ನೊಂದಿಗೆ ಇರುವುದಕ್ಕೆ ಕೃತಜ್ಞಳಾಗಿರುತ್ತೇನೆ.

ಪ್ರತಿಬಿಂಬದ ಸಮಯ: ಸ್ವಲ್ಪ ಸಮಯ ತೆಗೆದುಕೊಳ್ಳಿ ಮತ್ತು ಈ ಪ್ರಶ್ನೆಗಳನ್ನು ನೀವೇ ಕೇಳಿಕೊಳ್ಳಿ.

ನೀವು ಇಂದು ಜೀವಂತವಾಗಿರುವುದಕ್ಕೆ ನೀವು ಕೃತಜ್ಞರಾಗಿದ್ದೀರಾ?

ಡಾ. ರಶ್ಮಿ ಎಚ್. ಆರ್.

ನೀವು ಸೂರ್ಯೋದಯವನ್ನು ನೋಡಿದಕ್ಕಾಗಿ ನೀವು ಕೃತಜ್ಞರಾಗಿದ್ದೀರಾ?
ನೀವು ಬೆಳಿಗ್ಗೆ ಉಪಾಹಾರ ಸೇವಿಸಿದ್ದಕ್ಕಾಗಿ ನೀವು ಕೃತಜ್ಞರಾಗಿದ್ದೀರಾ?
ನೀವು ಉತ್ತಮ ನಿದ್ರೆ ಮಾಡಿದಕ್ಕಾಗಿ ನೀವು ಕೃತಜ್ಞರಾಗಿದ್ದೀರಾ?

• 57 •

ಧನ್ಯವಾದಗಳು!!

ಆರೋಗ್ಯಕರ ಮತ್ತು ಸಂತೋಷದ ಜೀವನವು ನಿಮ್ಮೊಂದಿಗೆ ಇಲ್ಲಿಯೇ ಪ್ರಾರಂಭವಾಗುತ್ತದೆ. ನಿಮ್ಮ ಕನಸುಗಳ ಸಮಗ್ರ ಸಂತೋಷದ ಜೀವನ ಮತ್ತು ದೇಹವನ್ನು ರಚಿಸುವ ಶಕ್ತಿಯನ್ನು ನೀವು ಹೊಂದಿದ್ದೀರಿ ಮತ್ತು ನೀವು ಮಾತ್ರ ಅದನ್ನು ಸಾಧಿಸಬಹುದು. ಈ ಪುಸ್ತಕದಲ್ಲಿ ಒಳಗೊಂಡಿರುವ ಹದಿನ್ಯೆದು ಶಕ್ತಿಯುತ ಅಭ್ಯಾಸಗಳು ನಿಮ್ಮ ಜೀವನವನ್ನು ಒಳಗಿನಿಂದ ಸಲೀಸಾಗಿ ಪರಿವರ್ತಿಸಲು ಸಹಾಯ ಮಾಡುತ್ತದೆ ಮತ್ತು ನೀವು ಸಂತೋಷವಾಗಿ, ತೆಳ್ಳಗೆ ಕಾಣುತ್ತೀರಿ ಮತ್ತು ಶಕ್ತಿ ಮತ್ತು ಸಕಾರಾತ್ಮಕ ಮನೋಭಾವದಿಂದ ಆ ಹೊಳಪನ್ನು ಹೆಮ್ಮೆಪಡುತ್ತೀರಿ. ನೀವು ಹೆಚ್ಚು ಆತ್ಮವಿಶ್ವಾಸ, ಶಕ್ತಿಯುತ ಮತ್ತು ಸಕಾರಾತ್ಮಕ ಭಾವನೆಯನ್ನು ಹೊಂದುವಿರಿ ಮತ್ತು ನಿಮ್ಮ ರಹಸ್ಯವೇನು ಎಂದು ಜನರು ನಿಮ್ಮನ್ನು ಕೇಳಲು ಪ್ರಾರಂಭಿಸುತ್ತಾರೆ. ಎಲ್ಲಕ್ಕಿಂತ ಉತ್ತಮವಾಗಿ, ನೀವು ಪ್ರಕ್ರಿಯೆಯನ್ನು ಆನಂದಿಸಲು ಪ್ರಾರಂಭಿಸಿದಾಗ ಇವೆಲ್ಲವೂ ಕರಿಣ ಕೆಲಸವೆಂದು ಭಾವಿಸುವುದಿಲ್ಲ. ಪ್ರತಿಯೊಂದು ಪ್ರಯಾಣವು ಒಂದೇ ಹೆಜ್ಜೆಯೊಂದಿಗೆ ಪ್ರಾರಂಭವಾಗುತ್ತದೆ, ಆದರೆ ನಿಮಗೆ ತಿಳಿದಿರುವಂತೆ ಅವುಗಳನ್ನು ದೀರ್ಘಾವಧಿಯವರೆಗೆ ಅಂಟಿಸಲು ಮತ್ತು ನಿಮ್ಮ ಉಳಿದ ಜೀವನವನ್ನು ಧನಾತ್ಮಕವಾಗಿ ಪರಿಣಾಮ ಬೀರಲು ಅದಕ್ಕಿಂತ ಹೆಚ್ಚಿನದನ್ನು ತೆಗೆದುಕೊಳ್ಳುತ್ತದೆ. ಇವೆಲ್ಲವನ್ನೂ ಏಕಕಾಲದಲ್ಲಿ ಮಾಡುವುದು ಅಗಾಧವಾಗಿ ಕಾಣಿಸಬಹುದು. ಒಂದು ಸಮಯದಲ್ಲಿ ಒಂದು ವಿಷಯವನ್ನು ಅಭ್ಯಾಸ ಮಾಡುವತ್ತ ಗಮನಹರಿಸಿ ಮತ್ತು ಗರಿಷ್ಠ ಪ್ರಯೋಜನವನ್ನು ಸಾಧಿಸಲು ನೀವು ಮುಂದಿನದಕ್ಕೆ ಹೋಗುವ ಮೊದಲು ಅದನ್ನು ಅಭ್ಯಾಸ ಮಾಡಿ. ನೀವು ಮಾಡಬೇಕಾಗಿರುವುದು ಈ ಅಭ್ಯಾಸಗಳನ್ನು ಕಾಪಾಡಿಕೊಳ್ಳುವುದು ಮತ್ತು ನೀವು ನಿಜವಾಗಿಯೂ ಅರ್ಹರಾಗಿರುವ ಜೀವನವನ್ನು ಆನಂದಿಸಿ. ಆದ್ದರಿಂದ ಮತ್ತೊಮ್ಮೆ, ಈ ಪುಸ್ತಕವನ್ನು ಖರೀದಿಸಿದ್ದಕ್ಕಾಗಿ ನಾನು ನಿಮಗೆ ಧನ್ಯವಾದ ಹೇಳಲು ಬಯಸುತ್ತೇನೆ. ನಿಮ್ಮ ಅತ್ಯುತ್ತಮ ಆವೃತ್ತಿಯಾಗಲು ಮತ್ತು ನಿಮ್ಮನ್ನು ಅನುಸರಿಸಲು ಇತರರನ್ನು ಪ್ರೇರೇಪಿಸಲು ನೀವು ಈ ಪ್ರತಿಯೊಂದು ಪರಿಣಾಮಕಾರಿ ಅಭ್ಯಾಸಗಳನ್ನು ಬಳಸುತ್ತೀರಿ ಎಂದು ನಾನು ಭಾವಿಸುತ್ತೇನೆ.

ಹೋಲಿಸ್ಟಿಕ್ ಹ್ಯಾಪಿ ಲೈಫ್ ರಚಿಸಲು ಆಲ್ ದಿ ಬೆಸ್ಟ್.

ಲೇಖಿಕರ ಬಗ್ಗೆ

ಹಾಯ್, ನಾನು ಡಾ. ರಶ್ಮಿ ಹೆಚ್ ಆರ್ ಆರೋಗ್ಯ, ಮನಸ್ಥಿತಿ, ನೈಸರ್ಗಿಕ ಪರಿಹಾರಗಳು, ಆರೋಗ್ಯಕರ ಜೀವನಶೈಲಿ ಮಾರ್ಪಾಡುಗಳು ಮತ್ತು ಸಂಪೂರ್ಣ ಆಹಾರ ಮತ್ತು ಸಸ್ಯ ಆಧಾರಿತ ಜೀವನಶೈಲಿಯಿಂದ ಮೂಲ ಕಾರಣಗಳನ್ನು ಗುಣಪಡಿಸುವ ಉತ್ಸಾಹವನ್ನು ಹೊಂದಿರುವ ಸಮಗ್ರ ಜೀವನ ತರಬೇತುದಾರಿಣಿ. ನಾನು ಹಲವು ವರ್ಷಗಳಿಂದ ಹೋರಾಡುತ್ತಿರುವ ವಿವಿಧ ಆರೋಗ್ಯ ಸಮಸ್ಯೆಗಳನ್ನು ಪರಿಹರಿಸಿದ ನಂತರ, ನನ್ನ ಮತ್ತು ಕ್ಲೈಂಟ್‌ನ ಪ್ರಯಾಣದ ಉದ್ದಕ್ಕೂ ನಾನು ಕಂಡುಹಿಡಿದ ದಣಿವರಿಯದ ಗಂಟೆಗಳ ಸಂಶೋಧನೆ ಮತ್ತು ಮೌಲ್ಯಯುತ ಮಾಹಿತಿಯನ್ನು ಹಂಚಿಕೊಳ್ಳುವ ಮೂಲಕ ನಿಮ್ಮ ಆರೋಗ್ಯ ಮತ್ತು ದೀರ್ಘಾಯುಷ್ಯವನ್ನು ಸುಧಾರಿಸಲು ಸ್ಫೂರ್ತಿ ಮತ್ತು ಸಹಾಯ ಮಾಡುವ ಗುರಿ ಹೊಂದಿದ್ದೇನೆ. ಪೌಷ್ಟಿಕಾಂಶದ ಶಕ್ತಿ, ಸರಿಯಾದ ಮನಸ್ಥಿತಿ ಮತ್ತು ಆರೋಗ್ಯಕರ ಜೀವನಶೈಲಿಯ ಮಾರ್ಪಾಡುಗಳ ಮೂಲಕ, ನಿಮ್ಮ ಆರೋಗ್ಯ ಮತ್ತು ಸಂತೋಷದ ಗುರಿಗಳನ್ನು ನೀವು ಸಾಧಿಸಬಹುದು ಎಂದು ನಾನು ನಂಬುತ್ತೇನೆ.

ನೀವು ಈ ಪುಸ್ತಕವನ್ನು ಆನಂದಿಸಿದ್ದರೆ, ಅದು ನಿಮಗೆ ಹೇಗೆ ಪ್ರಯೋಜನವಾಗಿದೆ ಎಂಬುದನ್ನು ತಿಳಿಯಲು ಉತ್ಸುಕಳಾಗಿದ್ದೇನೆ ಮತ್ತು rashmihr09@gmail.com ನಲ್ಲಿ ಒಂದು ಸಣ್ಣ ವಿಮರ್ಶೆಯನ್ನು ಬರೆಯಲು ನಿಮ್ಮನ್ನು ಆಹ್ವಾನಿಸುತ್ತೇನೆ.